# डॉ. सर्वपल्ली राधाकृष्णन

हरीश शर्मा

प्रवीण भल्ला

D9900058

डायमंड बुक्स

www.diamondbook.in

© प्रकाशकाधीन

| | |
|---|---|
| **प्रकाशक** | : **डायमंड पॉकिट बुक्स (प्रा.) लि.** |
| | X-30, ओखला इंडस्ट्रियल एरिया, फेज-2 |
| | नई दिल्ली-110020. |
| फोन | : 011-40712200 |
| ई-मेल | : sales@dpb. in |
| वेबसाइट | : www. diamondbook.in |

---

## DR. SARVAPALLI RADHAKRISHNAN (MARATHI)

*By - Harish Sharma & Praveen Bhalla*

# लेखकाचे दोन शब्द

अनेक शतकांपासून भारतात विविध युगपुरूषाने जन्म घेण्याची परंपरा चालत आली आहे. अशा महापुरुषांची यादी खूप मोठी आहे. या यादीतील एक महत्त्वाचे नाव आहे, डॉ. सर्वपल्ली राधाकृष्णन. एक शिक्षक असूनही सर्व विश्वावर त्यांनी प्रभूत्त्व मिळविले होते. संपूर्ण विश्वावर प्रभूत्व मिळवूनही अखेरपर्यंत ते एक शिक्षकच राहिले. कदाचित हीच त्यांची कायमस्वरूपी ओळख असावी.

एक गरीब ब्राह्मण कुटुंबात जन्माला आलेल्या डॉ. राधाकृष्णन यांनी आपले संपूर्ण जीवन एक शिक्षक म्हणूनच घालविले. त्यांनी कधी विद्यार्थ्यांना शिकविले, कधी संकुचित मानसिकता असलेल्या लोकांना, कधी ख्रिश्चन मिशनिरी चालविणाऱ्या विद्वानांना , तर कधी संपूर्ण विश्वाला शिकविले. विचारवंत, तत्त्वज्ञ, बुद्धिजिवी, लेखक अशी त्यांची अनेक रुपे आहेत. पण तरीही त्यांचे एकमेव ध्येय आणि कार्य म्हणजे विश्वाला, समाजाला शिकवित राहणे. कधी विचारवंत होऊन आपल्या विचारांनी जनमानसांचा उद्धार केला तर कधी तत्त्वज्ञाचे भाव व्यक्त करून त्यांना वास्तवाचे दर्शन घडविले. कधी बौद्धिकतेच्या पातळीवर विश्वाला नतमस्तक केले तर कधी लेखक होऊन समाजाला मार्गदर्शन केले.

ते भारतीय धर्म आणि तत्त्वज्ञान जगभरात पोहचविणारे थोर तत्त्वज्ञ होते. डॉ. राधाकृष्णन सामान्य जीवन आणि उच्च्व विचारसरणीचे अनुसरण करणारे होते. त्यांचे राहणे-वागणे आणि कपडे पाहून कोणालाही याचा अंदाज येत नसे की ते एक असे महापुरूष होते, ज्यांचे वागणे आणि बोलणे यामध्ये तसूभरही फरक नव्हता. ते जे सांगत असत त्याला कोणत्याही कसोटीवर सिद्ध करून दाखविण्यासाठी ते सदैव तत्पर असत.

'हिंदु धर्म अनेक उणिवांचा संग्रह आहे, त्याला जगातील सर्वश्रेष्ठ तत्त्वज्ञान म्हटले जाऊ शकत नाही", प्रोफेसर हॉग यांनी उच्चारलेल्या या शब्दांनाच आव्हान समजून वयाच्या वीसाव्या वर्षी डॉ. राधाकृष्णन यांनी 'विथ एथिक्स ऑफ द वेदांत अँड इटस मेटाफिजिकल प्रोसपोजीशन्स' नावाचा शोध निंबंध लिहिला. त्यांचा हा शोध फक्त भारतातच नाही तर पाश्चात्य देशातही प्रसिद्ध झाला. याच्याच आधारे भारतीय तत्त्वज्ञानाला एम. ए. च्या तत्कालिन शिक्षण व्यवस्थेत आणि नंतर जागतिक तत्त्वज्ञानात सर्वोच्च स्थान मिळाले.

आंध्र विद्यापीठाच्या राजकीय समस्या असोत की, हिंदु विद्यापीठाची दयनीय आर्थिक अवस्था असो, प्रत्येक वेळी ते स्वतः पुढे झाले आणि लोकांचे नेतृत्त्व करीत अडचणीचा ठामपणे सामना करीत राहिले. समकालिन विचारवंत आणि विद्वानाच्या दृष्टीने डॉ. राधाकृष्णन असा पारसमणी होते, ज्याच्या फक्त स्पर्शानेही मूर्ख व्यक्तीसुद्धा शहाणपणाच्या परमोच्च सूवर्णसीमेला स्पर्श करीत असे. त्यांनी कधीही परिस्थितीला स्वतःवर स्वार होऊ दिले नाही, तर ठामपणा आणि सहनशीलतेने त्याचे शमन केले.

जीवनातील अनगणित चढ-उतार सहन करीत डॉ. राधाकृष्णन सदैव पुढे वाटचाल करीत राहिले. अशा महापुरूषाचे विराट व्यक्तिमत्त्व पुस्तकात सामावणे अशक्य वाटणारे कार्य आहे. तरीही त्यांच्या संपूर्ण जीवनातील प्रसंग या पुस्तकात समाविष्ट करण्याचा आम्ही प्रयत्न केला आहे. डॉ. राधाकृष्णन यांचे जीवन फक्त तत्कालिन समाजासाठीच नाही, तर पुढे येणाऱ्या पिढ्यांसाठीही प्रेरणेचे स्त्रोत आहे.

हे पुस्तक सर्व लोकांसाठी प्रेरणा स्त्रोत होऊन सदैव त्यांना मार्गदर्शन करीत राहील, अशी आशा आहे.

**- लेखक**

# प्रकाशकीय

भारत एक अनेक थोर व्यक्तींचा देश आहे. वेळोवेळी भारतामध्ये जन्माला आलेल्या अनेक थोर व्यक्तींनी फक्त भारतालाच नाही तर, संपूर्ण जगाला मार्गदर्शन करण्याचे काम केले आहे.

सध्या मात्र मानवी व्यक्तिमत्त्वाला सातत्याने उतरती कळा लागली असून तसेच माणसामध्ये सामुहिकता, सामाजिकता आणि सृजनशीलताही अभावाने आढळून यायला लागली आहे. अशा कठीण प्रसंगी निर्माण झालेल्या आंधारात विश्वाला मार्गदर्शन करण्याचे काम भारतातील थोर व्यक्तीचे जीवन चरित्रच करू शकते.

थोर व्यक्तींचे जीवन चरित्र वाचून कोणत्याही वाचकाला त्यापासून फक्त प्रेरणाच मिळते असे नाही तर, आगामी पिढ्यांसाठी एका आदर्श समाजाची स्थापना करण्यामध्ये आपली सक्रिय भूमिकाही पार पाडतो. क़ोणत्याही थोर व्यक्तीबद्दल आपण अभ्यास, चिंतन आणि मनन करीत असतो तेव्हा त्याने केलेला जीवन संघर्ष, त्याची जीवन शैली, त्याचे चारित्र्य आणि त्याच्या जीवनाचा उद्देशही स्वीकारत असतो. थोर व्यक्तींचा जीवन परिचय वाचकाला त्या काळातील स्थितीबद्दल माहिती देऊन त्याला ऐतिहासिक माहितीही मिळवून देतो.

भारतातील अनेक थोर व्यक्तींनी स्वातंत्र्य मिळविण्यासाठी आपल्या प्राणांचे बलिदान केले आहे तसेच स्वातंत्र्यानंतरही अनेक थोर व्यक्तींनी राजकीय, सामाजिक आणि सांस्कृतिक विकासात महत्त्वाचा वाटा उचलला आहे.

ड़ॉ. राधाकृष्णन यांनी आपले जीवन कठोर तपश्चर्या करीत कंठले. या तपश्चर्येच्या आगीमध्ये स्वतःला तावून सुलाखून घेऊन ते सोने झाले. एखादा राजकीय पक्ष

किंवा जोशपूर्ण भाषणाच्या बळावर ते विश्व वंदनीय झाले नाहीत तर त्यांनी हा सन्मान आणि शिखरावरील स्थान आपल्या योग्यतेच्या बळावर मिळविले. ते प्रसिद्धीच्या अशा शिखरावर विराजमान झाले, जिथे पोहचण्याचे भाग्य खूप कमी लोकांना लाभते.

ज़गाच्या पाठीवर कुठेही असताना ते आपल्या देशाच्या परपंराशी संबंधित राहिले. त्यांचा आहार-विहार, राहणीमान, वस्त्र प्रावरणे हे सर्व साधेपणाचे द्योतक होते. एक शिक्षक म्हणून त्यांनी आपल्या जीवनाला सुरुवात केली होती; पण आपली बौद्धिकता आणि योग्यतेच्या बळावर त्यांनी एक थोर लेखक आणि तत्त्वज्ञ म्हणून लोकप्रियता मिळविली.

– नरेंद्र कुमार वर्मा
nk@dpb.in

# अणुक्रमणिका

## प्रकरण १

# जीवन परिचय

| | | |
|---|---|---|
| संपूर्ण नाव | : | डॉ. सर्वपल्ली राधाकृष्णन |
| जन्म दिनांक | : | ०५ सप्टेंबर, १८८८ |
| जन्म स्थळ | : | चित्तूर , तिरुतनी |
| वडिलांचे नाव | : | श्री सर्वपल्ली वीरा स्वामी |
| आईचे नाव | : | श्रीमती सीताम्मा |
| विवाह | : | १९०३ मध्ये शिवकामू देवी यांच्याशी |
| मुले | : | पाच मुले आणि दोन मुली. यापैकी एक पुत्र १०-१२ दिवसांचा असतानाच वारला. |
| शिक्षण | : | १९०९ मध्ये मद्रासच्या (चेन्नई) क्रिश्चियन कॉलेजमधून प्रथम श्रेणीत एम.ए. तसेच शिक्षण क्षेत्रातील पदविका. |
| भाषा | : | मातृभाषा तेलगु, इंग्रजी, फ्रेंच, तमिळ, संस्कृत, बंगाली, हिंदी इ. भाषांवर प्रभूत्त्व. ते या भाषा प्रभावीपणे बोलू शकत. |

**इतर कामगिरी**

| | | |
|---|---|---|
| वर्ष १९०९ | : | मद्रास (चेन्नई) प्रेसिडेन्सी कॉलेजमध्ये तत्त्वज्ञानाचे सहाय्यक प्राध्यापक म्हणून नियुक्त |
| वर्ष १९१८ | : | म्हैसूर विद्यापीठात तत्त्वज्ञानाचे प्राध्यापक नियुक्त. |

| | | |
|---|---|---|
| वर्ष १९२१ | : | कलकत्ता विद्यापीठात तत्त्वज्ञानाचे प्राध्यापक नियुक्त. |
| वर्ष १९२६ | : | लंडनमध्ये आयोजित ब्रिटिश साम्राज्यातील विद्यापीठीय काँग्रेस सभेमध्ये कलकत्ता विद्यापीठाचे प्रतिनिधीत्त्व. |
| वर्ष १९३० | : | ऑल इंडिया एज्युकेशनल काँग्रेसचे सभापती |
| वर्ष १९३१ | : | आंध्र विद्यापाठीचे कुलगुरू. |
| वर्ष १९३६ | : | लंडनमधील ऑक्सफर्ड विद्यापीठात 'इस्टर्न रिलिजिएन्स अँड एथिक्स' चे प्राध्यापक. |
| वर्ष १९३९ | : | बनारस विद्यापीठाचे कुलगुरू. याच वर्षी ब्रिटिश अ‍ॅकाडमी फेलो म्हणून निवड |
| वर्ष १९४८ | : | युनेस्को एक्झिक्युटिव्ह बोर्डाचे अध्यक्ष. याच वर्षी भारत सरकारने स्थापन केलेल्या विद्यापीठ आयोगाचे अध्यक्ष |
| वर्ष १९४९ | : | भारतीय राजदूत म्हणून सोव्हियत संघाचा प्रवास |
| वर्ष १९५२ | : | स्वतंत्र भारताचे पहिले उपराष्ट्रपती |
| वर्ष १९५३ | : | दिल्ली विद्यापीठाचे कुलगुरू |
| वर्ष १९६२ | : | भारताचे प्रथम नागरिक म्हणजेच राष्ट्रपती म्हणून निवड. |
| वर्ष १९७५ | : | १७ एप्रिल रोजी मद्रासमध्ये निधन |

# प्रकरण २

# जीवन प्रवास

५ सप्टेंबर १८८८, मद्रासपासून २०० किमी अंतरावर असलेल्या तिरुतनी नावाच्या गावात राहणारा एका गरीब ब्राह्मण श्री सर्वपल्ली वीरा स्वमीच्या पत्नी सीताम्माने आपल्या दुसऱ्या मुलाला जन्म दिला. लहान मुलांच्या रडण्यासोबतच मंदिरातील घंटे आणि घड्याळीचा आवाज यायला सुरूवात झाली. या कुटुंबाची भगवान कृष्ण आणि राधा यांच्यावर अगाध श्रद्धा होती म्हणून त्याचे नाव 'राधकृष्णन" ठेवण्यात आले. हाच मुलगा मोठा झाल्यावर डॉ. सर्वपल्ली राधाकृष्णन या नावाने प्रसिद्ध झाला. त्यांच्या बद्दल माहिती मिळविण्यापूर्वी त्यांच्या कौटुंबिक पार्श्वभूमीवर एक नजर टाकणे जास्त संयुक्तिक होईल.

### कौटुंबिक स्थिती

ड़ॉ. राधाकृष्णन यांचे पारंपरिक गाव सर्वपल्ली होते, त्यामुळे त्यांच्या कुटुंबातील सदस्य आपल्या नावाच्या आधी 'सर्वपल्ली' जोडित असत. आठराव्या शतकामध्ये त्यांचे पूर्वज सहकुटुंब दक्षिण भारतातील आर्कोट नावाच्या जिल्ह्यामध्ये तिरुतनी गावात येऊन स्थायिक झाले.

कुटुंबामध्ये राधाकृष्णन यांच्याशिवाय इतर चार मुले होती. यामध्ये तीन मुले आणि एक मुलगी होती. सात सदस्यांचे कुटुंब आणि उत्पन्न नाहीच्या बरोबर. कुटुंबाची आर्थिक स्थिती अतिशय दयनिय होती. राधाकृष्णन यांचे वडील तिरूतनी येथील एका जमिनदाराकडे अथक परिश्रम करून कसे तरी आपल्या कुटुंबाचे पालन पोषण करीत असत. 'कशाही प्रकारे कुटुंबाच्या गरजा पूर्ण व्हाव्यात', हेच त्यांच्या जीवनाचे ध्येय होते.

राधाकृष्णन यांची आई धार्मिक स्वभावाची स्त्री होती. त्यामुळे घरात सात्विक आणि धार्मिक वातावरण होते. त्याचा राधाकृष्णनवर खोलवर परिणाम झाला. धार्मिक संस्कार त्यांच्यामध्ये शिगोशिग भरले होते. रोज घरात होणारी धार्मिक कृत्ये राधाकृष्णनचा पाया मजबूत करीत होते. लहानपणापासूनच त्यांना चांगले संस्कार आणि विचारांनी युक्त असलेले वातावरण मिळाले होते. जे त्यांच्या तत्त्वज्ञ स्वभावासाठी खूप महत्त्वाचे ठरले. वास्तविक पाहता इथूनच त्यांचा एक सामान्य मुलगा ते एक महापुरूष हा प्रवास सुरू झाला.

**धार्मिक शिक्षण**

राधाकृष्णन एका ब्राह्मण कुटुंबाशी संबंधित असल्यामुळे ब्राह्मणासाठी धार्मिक शिक्षण अनिवार्य होते. त्यामुळे सर्वप्रथम त्यांना धार्मिक शिक्षण देण्याचा निर्णय घेण्यात आला. लिहिण्या-वाचण्यासाठी योग्य वय झाल्यावर सुरुवातीचे शिक्षण देण्यासाठी त्यांना तिरुपतीमधील एका धार्मिक संस्थेत पाठविण्यात आले. या संस्थेमध्ये शिक्षण घेण्यासाठी दूरदूरून अनेक विद्यार्थी येत असत. राधाकृष्णन यांनी तिथे चार वर्षे राहून विधिवत वैदिक शिक्षण घेतले.

असे म्हणतात की सुरूवातीचे शिक्षण व्यक्तीसाठी बीजाचे काम करीत असते. प्रारंभिक ज्ञानच माणसाला एक ध्येय, एक आदर्श, एक आकार, एक दिशा देत असते. प्रारंभिक शिक्षणांने राधाकृष्णन यांच्या मनात एक असे बीज रोपण केले होते, जे त्यांच्या मृत्यूनंतरही त्यांना अमर करून गेले. त्यांच्या तत्त्वज्ञविषयक विचार आणि भावनांचा जन्मदाता त्यांचे सुरुवातीचे शिक्षणच समजले जाते. शिकण्याबद्दल त्यांच्या मनात विशेष उत्साह आणि निष्ठा होती. कोणतेही गुढ प्रकरणे अतिशय साधेपणाने समजून घेणे आणि त्याचे मर्म सोप्य शब्दात सांगणे हे त्यांचे वैशिष्ट्ये होते. त्यांची निष्ठा आणि अभ्यासाची गोडी पाहून शिक्षक आनंदीत होते. एके दिवशी हा मुलगा या जगात आपली एक वेगळी आणि विशिष्ट ओळख नक्कीच निर्माण करील, याची त्यांना खात्री वाटत होती. एके दिवशी राधाकृष्णन यांनी त्यांचा हा विश्वास निःसंशयपणे खरा ठरवित त्याला मूर्त स्वरूपात प्रस्थापित केले.

**मिशिनरी शाळेत प्रवेश**

त्या काळी भारतावर ब्रिटिशांची सत्ता होती. चहुबाजूला ब्रिटिश संस्कृती, धर्म आणि भाषेचा प्रभाव दिसून येत होता. यामुळेच ख्रिश्चन मिशनरिज भारतात आपले

पाय पसरू लागल्या होत्या. विविध ठिकाणी मिशनरीज शाळा सुरू करण्यात आल्या होत्या. त्या लोकांना इंग्रजी माध्यमातून ख्रिश्चन सभ्यता, संस्कृती आणि धर्माकडे आकर्षित करीत होत्या. त्यावेळी उच्च शिक्षणाचा स्त्रोत मिशनरीज शाळाच होत्या. उच्च शिक्षणाची इच्छा असणाऱ्या विद्यार्थ्यांना याच शाळांमध्ये प्रवेश घ्यावा लागत असे. त्यामुळे सुरूवातीचे शिक्षण घेतल्यावर उच्च शिक्षणासाठी राधाकृष्णन यांनी 'हरमन्सबर्ग इवेंजिकल लूथनर मिशन स्कूल' नावाच्या एका मिशनरी शाळेत प्रवेश घेतला. इथेच त्यांची ख्रिश्चन संस्कृतीशी ओळख झाली. खरं तर बालपणापासूनच भारतीय संस्कृतीने ओतप्रेत असलेल्या राधाकृष्णन यांच्यासाठी हे सर्व एखाद्या मोठ्या परिवर्तनापेक्षा कमी नव्हते. तरीही ते विचलित झाले नाहीत आणि सहजपणे शिक्षण घेत राहिले.

राधाकृष्णन तीक्ष्ण बुद्धीचे स्वामी, प्रतिभासंपन्न आणि निष्ठा असलेले होते. त्यांनी वयाच्या अवघ्या आठव्या वर्षी संपूर्ण बायबल मुखोद्गत केला होता. त्यामुळे ते सर्व शिक्षकांचे लाडके झाले. योग्यता आणि प्रतिभेच्या बळावर लवकरच त्यांना शिष्यवृत्ती मिळाली. अशा प्रकारे शिक्षण घेत असताना चार वर्षे निघून गेली.

अनेक गुणांनी युक्त असलेल्या राधाकृष्णनमध्ये आणखी एक वैशिष्ट्ये होते. इतर विद्यार्थ्यांप्रमाणे ते खेळण्या-बागडण्यात आपला वेळ वाया घालवित नसत. रिकामा वेळ मिळाला की कोणते तरी पुस्तक घेऊन ते अभ्यास करीत बसत. अर्थात या सर्व आवडीपासून ते विरक्त होते, असा त्याचा अर्थ नव्हता; पण अभ्यास त्यांच्यासाठी सर्व काही होता. त्यांना शब्दांशी खेळण्यात आनंद येत असे. ते व्यंगात्मक पद्धतीने विद्यार्थ्यांवर कटाक्ष करून चेष्टा करीत असत.

**बायबलमध्ये प्रावीण्य**

राधाकृष्णन यांच्या कुटुंबाची आर्थिक स्थिती दयनिय होती. त्यांच्या शिक्षणाचा खर्च मोठ्या मुश्किलीने होत असे. अशा स्थितीत शिष्यवृत्ती मिळाल्यामुळे राधाकृष्णन यांच्यासाठी पुढे आणखी शिक्षण घेण्याचे मार्ग खुले झाले. मिशनरीज स्कूलमध्ये चार वर्षे शिक्षण घेतल्यावर १९०० मध्ये ते आपल्या काकांकडे वेल्लूरला आले. तिथे त्यांनी एलिझापेभज रोडमन वूरही कॉलेजमध्ये प्रवेश घेतला. हे कॉलेज अमेरिकेतील संस्था 'अमेरिकन ऐरोट मिशन ऑफ द रिफार्म्ड चर्च' च्या वतीने चालविण्यात येत असे. इथे अभ्यास करीत असताना त्यांना ख्रिश्चन मिशनरीजच्या कामाचा अतिशय चांगल्या प्रकारे परिचय झाला.

हे कॉलेज सामाजिक कार्य, जसे- मोफत शिक्षण देणे, आरोग्यविषयक सुविधा

पुरविणे, इ. कामे करीत असे; पण त्यांचा हेतू धर्मांतर हा सुद्धा होता. राधाकृष्णन यांनी ख्रिश्चन धर्माचा गंभीरपणे आणि खोलात जाऊन अभ्यास करीत त्यातील सर्व चांगुलपणाचा स्वीकार केला. ते स्वतःही निस्वार्थ भावनेने कॉलेजच्या वतीने चालविल्या जाणाऱ्या सामाजिक कार्यात हिरिरीने भाग घेत असत. इथूनच त्यांच्या मनात समाजाचा विकास आणि प्रगतीच्या भावनेचे बीजारोपण झाले. ते निरोगी, सबळ, विकसित आणि शिक्षित समाजाची कल्पना करू लागले तसेच त्यासाठी शक्य ते सर्व प्रयत्न करण्याचा त्यांनी निश्चय केला.

या कॉलेजमध्ये राधाकृष्णन यांनी दोन वर्षे अभ्यास केला. या दरम्यान त्यांनी शालेय शिक्षणासोबतच सामाजिक शिक्षणही मिळविले. त्यांनी बायबलमधील शिकवण फक्त वाचलीच नाही तर त्यातील सर्व चांगुलपणा प्रत्यक्ष जीवनात उतरविला. बायबलमध्ये विशेष योग्यता मिळविल्यामुळे त्यांना प्रमाणपत्रही मिळाले. तसेच त्यांची शिष्यवृत्तीही वाढली.

इ.स. १९०४ मध्ये राधाकृष्णन यांनी इंटरमिडिएटचे शिक्षण प्रथम श्रेणीत पूर्ण केले.

**तत्त्वज्ञानाचा पाया**

शिष्यवृत्ती हेच राधाकृष्णन यांच्या विद्यार्जनाचे एकमेव साधन असल्यामुळे ते कमी खर्चात जास्त ज्ञान मिळविण्याचा प्रयत्न करीत असत. त्यांच्या चुलत भावाने त्याच काळात तत्त्वज्ञानामध्ये पदवी मिळविली होती. त्यांची सर्व पुस्तके राधाकृष्णन यांच्या उपयोगी येऊ शकत होती. त्यामुळे फक्त पुस्तके खरेदी करण्याचा खर्चच वाचणार नव्हता तर भावाच्या स्वरूपात तत्त्वज्ञानाचा एक चांगला गुरूही त्यांना मिळणार होता. तसेच तत्त्वज्ञान हा त्यांचा आवडता विषय असल्यामुळे त्याने तत्त्वज्ञानात पदवी घेण्याचा निर्णय घेतला. त्यानतंर पदवी मिळविण्यासाठी त्यांनी 'मद्रास ख्रिश्चियन कॉलेज' मध्ये प्रवेश घेतला. त्या काळी मद्रास ख्रिश्चियन कॉलेज देशातील प्रसिद्ध कॉलेजपैकी एक होते. दूरवरून अनेक प्रतिभावान आणि योग्य विद्यार्थी तिथे शिक्षणासाठी येत असत. राधाकृष्णन यांनी परिश्रम आणि निष्ठेद्वारे कॉलेजमध्ये शिष्यवृत्ती मिळवून आपली योग्यता सिद्ध केली. लवकरच ते सर्व प्राध्यापकांचे लाडके विद्यार्थी झाले.

तत्त्वज्ञानाचा अभ्यास करीत असताना राधाकृष्णन यांची आवड आध्यात्माकडे झुकू लागली. त्याचा परिणाम म्हणून ते एकांतप्रिय झाले. मनन आणि चिंतन, हे दोन्हीही त्यांचे एकांतातील सहध्यायी होते. ते बहुतेक वेळा डोळे बंद करून चिंतनात

मग्न होत असत. अशा प्रकारे त्यांचे जास्तीत जास्त लक्ष आणि वेळ विद्यार्जनासाठीच जात असे. हीच एकाग्रचित्तता त्यांना एक थोर तत्त्वज्ञ होण्याच्या दिशेने अग्रेसर करीत राहिली.

त्याच दिवसांत संपूर्ण देश क्रांतिच्या आगीमध्ये भडकून उठला होता. जागो जागी अनेक प्रकारची आंदोलने होत होती. प्रत्येक भारतीयाच्या मनात स्वातंत्र्यप्राप्तीची ज्योत पेटली होती. स्वातंत्र्य सैनिकांच्या आवाहनामुळे युवक स्वतः होऊन या आगीमध्ये उडी घेण्यासाठी सज्ज झाले होते. अशा वेळी राधाकृष्णन यांचे तरुण मनही देशासाठी काही करू इच्छित होते, पण कुटुंबाची दयनीय स्थिती पाहता नोकरी मिळविणे त्यांच्यासाठी अत्यावश्यक होते. त्यामुळे त्यांनी आपले मन नियंत्रित करून अभ्यासावर लक्ष केंद्रित केले.

मद्रासचे ख्रिश्चियन कॉलेज विद्वान प्राध्यापकांमुळे प्रसिद्ध होते. जगप्रसिद्ध समाजशास्त्रज्ञ आणि समाज सेवक विल्यम मिलर कॉलेजमध्ये इंग्रजी शिकवित असत. त्यांची शिकविण्याची पद्धत इतकी साधी, सोपी आणि मोहक होती की विद्यार्थी शिकत असताना त्यामध्ये हरवून जात असत. राधाकृष्णनही त्यांच्यामुळे खूप प्रभावित झाले होते. त्यांनी त्यांच्याकडून फक्त इंग्रजीतील बारकावेच शिकले असे नाही तर त्यांचे गुणही ग्रहण केले. तत्त्वज्ञानाचे प्राध्यापक विल्यम स्नेकर यांचाही राधाकृष्णन यांच्या जीवनावर खोलवर प्रभाव पडला. त्यांचे तत्त्वज्ञविषय विचार राधाकृष्णन यांना सुरूवातीपासूनच आकृष्ठ करीत असत. ते त्यांच्यामुळे इतके प्रभावित होते की त्यांनी आपण स्वतः लिहिलेले एक पुस्तक प्रोफेसर स्नेकर यांना अर्पण केले. यांच्याशिवाय ए.जी. हॉग्स त्यांच्या आवडत्या तत्त्वज्ञांपैकी एक होते. त्यांचे व्याख्या शिकविणे त्यांना खूप आवडत असे.

सर्व प्राध्यापकांच्या अपेक्षेनुसार इ.स. १९०६ मध्ये राधाकृष्णन यांनी पदवी परीक्षा प्रथम श्रेणीमध्ये उत्तीर्ण केली आणि स्वतःला कॉलेजमधील सर्वश्रेष्ठ विद्यार्थी असल्याचे सिद्ध केले.

**कायद्याच्या बदल्यात तत्त्वज्ञान**

आतापर्यंत राधाकृष्णन यांना वाचणाची आवड निर्माण झाली होते. ते जेवणाशिवाय तर राहू शकत असत, पण वाचल्याशिवाय त्यांना चैन पडत नसे. त्यांनी पुढे शिकण्याचा निश्चय केला होता. त्या काळात कायद्याचे शिक्षण सर्वोच्च सन्मान आणि धनार्जन करण्याचे साधन समजले जात असे. कायद्याचा अभ्यास केल्यावर व्यक्ती फक्त उच्च पदावरच विराजमान होत असे, असे नाही तर सन्मानाला पत्रही ठरत असे. राधकृष्णन

यांनाही कायद्याचा अभ्यास करायचा होता, पण त्यांच्या समोर अनेक समस्या उभ्या होत्या. एका बाजूला पैशांची कमतरता होती तर दुसऱ्या बाजूला कुटुंबाच्या पालन पोषणाची जबाबदारी होती. त्यांचे वडील सेवामुक्त होऊन कुटुंबासह त्यांच्याकडे आले होते. त्यामुळे त्यांची जबाबदारी आणखी वाढली होती.

कुटुंब आणि भावंडांच्या शिक्षणाचा खर्च यामुळे त्यांच्या शिक्षणात अडथळे निर्माण झाले होते. अशा परिस्थितीत कायद्याचे शिक्षण घेणे अशक्य झाले होते; पण विद्याजर्नाची आवड असल्यामुळे राधाकृष्णन यांना पुढे शिकायचे होते. त्यामुळे खूप विचार विनिमय करून त्यांनी कायद्याऐवजी तत्त्वज्ञानामध्येच एम. ए. करण्याचा निर्णय घेतला. त्यासाठी त्यांनी ख्रिश्चियन कॉलेजमध्ये प्रवेश घेतला. त्यानंतर तिथे त्यांना आपल्या योग्यतेच्या बळावर २५ रू. मासिक शिष्यवृत्ती मिळू लागली. ते पुरेसे नव्हते तरीही खूप कमी सुद्धा नव्हते. त्याचबरोबर ते काही विद्यार्थ्यांची शिकवणी करू लागले. त्यामुळे त्यांच्या उत्पन्नात थोडी फार वाढ झाली. त्यामुळे आपल्यावरील जबाबदाऱ्या पार पाडण्यासाठी त्यांना थोडी मदत मिळू लागली.

**हिंदु तत्त्वज्ञानाला मान्यता**

एकदा ए. जी. हॉग यांनी हिंदू धर्माबद्दल आपले विचार मांडताना म्हटले होते, ‘‘वर्तमानातील कर्म सोडून परलोकातील गोष्टींबद्दल बोलत राहणे, हे हिंदू धर्म बलहीन होण्याचे मुख्य कारण आहे. तसेच परलोकात सुधारणा करण्यासाठी परमेश्वराच्या शक्तीमध्ये विश्वास करणे. याशिवाय सर्व काही परमेश्वरावर सोडून देणे आणि स्वतः काहीही न करण्याची मानसिकताही बलहीनतेचे एक महत्त्वाचे कारण आहे. आपले स्वतःचे प्रयत्नच त्यामध्ये सहभागी नसतील तर परमेश्वर कसा काय मदत करील? हिंदु लोक मात्र कर्मापासून विरक्त होऊन परमेश्वरांवर अवलंबून राहतात.’

‘हिंदु तत्त्वज्ञान म्हणजे उणिवांचा संग्रह आहे. त्याला जगातील सर्वश्रेष्ठ तत्त्वज्ञान म्हटले जाऊ शकत नाही.’ प्रो. हॉग यांच्या या शब्दांनी राधाकृष्णन यांना विचलित केले. एक हिदूं असल्यामुळे ते वेदांत आणि हिंदु धर्मावरील निंदा कसे काय ऐकू शकले असते? ते प्रो. हॉग यांच्या विचारांशी पूर्णपणे असहमत होते, पण आपले विचार व्यक्त करण्यापूर्वी स्वतः एका समीक्षकाच्या दृष्टीने वेदांत आणि हिंदु धर्माच्या तत्त्वज्ञानाचा त्यांना सखोल अभ्यास करायचा होता. त्यासाठी त्यांनी प्रसिद्ध लेखक विल्वर निट्रज यांचे ‘स्टडी ऑफ द भगवत गीता’, वारनेटचे ‘हिंदुइझम’ आणि भारतीय लेखक स्वामी अभेदानंद यांनी लिहिलेले पुस्तक ‘थ्री लेक्चर्स ऑन द रिलिजन ऑफ वेदांत’ यांचा

अभ्यास केला.

त्यांनी 'विथ एथिक्स ऑफ द वेदांत अँड इटस मटेफिजिकल प्रपोझिशन्स' नावाचा शोध निंबध तयार करून मद्रास विद्यापीठाच्या संचालकांसमोर सादर केला. या शोध निंबधावरून त्यांनी हे सिद्ध करून दाखविले की, हिंदु तत्त्वज्ञान हे जगातील सर्वश्रेष्ठ तत्त्वज्ञान आहे. काही लोकांनी आपल्या स्वार्थासाठी लोकांसमोर भारतीय तत्त्वज्ञानाची चुकीची व्याख्या सादर केली होती. त्यामुळेच हिंदुमधील अनेक उणिवा समोर आल्या होत्या, पण म्हणून त्याचा अर्थ असा होत नाही की हिंदु तत्त्वज्ञानामध्ये उणिवा आहेत. त्यामध्ये तर सर्व जीवांमध्ये एक परम तत्त्व असल्याचे सांगत बंधुभावना प्रस्थापित केली आहे. लोकांना प्रेमाने आणि शांततामयरित्या राहण्याचा संदेश दिला आहे.

त्यांनी आपल्या शोध निंबधामध्ये पाश्चात्य तत्त्वज्ञानावर टीका करीत येशु ख्रिस्ताने सांगितलेले काही सिद्धांत पूर्णपणे नाकारले आहेत. तसेच त्यांनी हेही सिद्ध करून दाखविले की ज्या वेळी भारतीय मुनी भारतीय तत्त्वज्ञान स्थापन करीत होते, त्यावेळी पाश्चात्य लोकांची कोणतीही संस्कृती नव्हती. ते कच्चे मांस खात असत आणि जनावरासारखे परस्परांशी वागत असत. भारतीय मुनींची संस्कृती खूप प्रगत होती त्यामुळे भारतीय तत्त्वज्ञान जगातील सर्वश्रेष्ठ तत्त्वज्ञान आहे.

ज्यावेळी राधाकृष्णन यांनी आपला शोध निबंध सादर केला होता, त्यावेळी देशामध्ये ख्रिश्चन मशिनरीजचा बोलबाला होता. ते अतिशय उत्साहाने ख्रिश्चन धर्माचा प्रचार आणि प्रसार करीत होते. अशा वेळी ख्रिश्चन धर्मातील उणिवा समोर आणणे हे अतिशय धैर्याचे काम होते. अशावेळी आपले हे संशोधन आग लावण्याचे काम करू शकते हे राधाकृष्णन यांना चांगल्या प्रकारे माहीत होते. तसेच अशी परिस्थिती निर्माण झाल्यावर त्यांचे संशोधन वाया गेले असते.

अर्थात प्रो. हॉग हे चांगल्या विचारांचे व्यक्ती होते. त्यानी राधाकृष्णनची प्रतिभा ओळखली होती. त्यामुळे जेव्हा राधाकृष्णन यांनी त्यांना आपला शोध निबंध वाचून दाखविला तेव्हा ते त्यामुळे अतिशय प्रभावित झाले. त्यांनी हे संशोधन तत्त्वज्ञानाच्या अभ्यासक्रमात समाविष्ट करण्याचे वचन दिले. त्यानंतर त्यांनी आपल्या मित्रांच्या सहकार्याने हे संशोधन पुस्तकरूपात प्रकाशित केले. तसेच कॉलेजमधील कार्यकारिणीसमोर ते एम. ए.च्या अभ्यासक्रमात समाविष्ट करण्याचा प्रस्तावही मांडला.

हे संशोधन पुस्तक रुपाने प्रकाशित होणे हे राधाकृष्णन यांच्यासाठी वरदानच ठरले.

त्यांच्या या संशोधनाचे सर्वत्र कौतुक झाले. त्याचबरोबर कॉलेजच्या कार्यकारिणीनेही त्याचा एम. ए.च्या अभ्यासक्रमात समावेश केला. अशा प्रकारे राधाकृष्णन यांच्या अव्याहत परिश्रमानंतर भारतीय तत्त्वज्ञानाला सन्मानाचे स्थान मिळाले.

ख्रिश्चन असूनही प्रो. हॉग यांनी सत्याचा स्वीकार करून राधाकृष्णन यांना अतिशय मोलाचे सहकार्य केले. तसेच भारतीय तत्त्वज्ञानाला मान्यता मिळवून देण्यामध्ये अतिशय महत्त्वाची भूमिका पार पाडली. हा गुण त्यांचे थोरपण सिद्ध करणारा आहे. त्यांचे हेच थोरपण राधाकृष्णन यांना त्यांच्या आणखी जवळ घेऊन आले. आता ते तत्त्वज्ञानावर आपसामध्ये तासंतास विचार विनिमय करीत असत. राधाकृष्णन यांच्यासाठी हा काळ तत्त्वज्ञानाचे गूढ ज्ञान ग्रहण करण्याचा काळ होता.

१९०९ मध्ये राधाकृष्णन यांनी तत्त्वज्ञान हा विषय घेऊन एम. ए.ची परीक्षा प्रथम श्रेणीमध्ये उत्तीर्ण केली.

# प्रकरण ३

# विवाह आणि कौटुंबिक जबाबदाऱ्या

भारतीय संस्कृतीमध्ये विवाह हा सामाजिक जीवनातील एक आवश्यक संस्कार आहे. काही लोक त्याला बंधन समजतात, तर काही लोक त्याला आपल्या जीवनातील एक एक अतिशय महत्त्वाचा संस्कार समजतात. हे सत्य आहे की पती-पत्नी दोघांमध्ये परस्परांचा मेळ असेल, परस्परांचे विचार दोघेंही सहमतीने लागू करीत असतील, त्यांच्या दोघांमध्ये अहंकाराला अजिबात स्थान नसेल तर विवाह हा वास्तवात एक संस्कार होतो. पण जर परस्परांमध्ये मेळ नसेल, विचारांत सहमती नसेल तर मात्र अशा वेळी विवाह हे एक बंधन वाटू लागते. अशा परिस्थितीमध्ये विरोध आणि भांडणाची स्थिती निर्माण होते. राधाकृष्णन यांनी विवाहाला कधीही बंधन समजले नाही. त्यानी ते अतिशय सहजपणे आणि अतिशय नैसर्गिकरित्या एक जबाबदारी म्हणून पेलले.

इ.स. १९०३ मध्ये राधाकृष्णन यांचा विवाह झाला. त्यांच्या पत्नीचे नाव शिवकामू देवी होते. लग्नाच्या वेळी राधाकृष्णन यांचे वय अवघे १६ वर्षांचे होते, तर त्यांच्या पत्नीचे वय १० वर्षे होते. शिवकामू देवी काही जास्त शिकलेल्या नव्हत्या की त्यांचा संबंध एखाद्या संपन्न घराण्याशी नव्हता. त्यांचे वडील एक स्टेशन मास्टर होते आणि त्यांच्या लहानपणीच वडिलांचे निधन झाले होते. त्यामुळे त्यांच्या कुटुंबाची अवस्थाही राधाकृष्णन यांच्या कुटुंबासारखीच होते.

राधाकृष्णन यांचा विवाह १९०३ मध्ये झाला होता तरीही त्यांचे वैवाहिक जीवन मात्र ३ वर्षांनी म्हणजे १९०६ मध्ये सुरू झाले. १९०८ मध्ये शिवकामू देवी यांनी सर्वात आधी एका मुलीला जन्म दिला. त्यानंतर त्यांना एकूण ६ मुले झाली. त्यामध्ये चार मुली आणि दोन मुलांचा समावेश होता. यापैकी एका मुलाचे १०-१२ दिवसातच निधन झाले होते.

तशा शिवकामू देवी काही जास्त शिकलेल्या नव्हत्या तरीही त्यांच्यामध्ये भारतीय संस्कृती ठासून भरलेली होती. सौम्यपणा, सोपेपणा, स्पष्टवादीपणा, संकोची, मितव्ययी, सहनशील इ. गुण त्यांच्यामध्ये भरलेले होते. थोड्यामध्येच आपल्या कुटुंबाचे पालन पोषण करणे त्यांना सहजपणे जमत असे. त्यांनी कधीही कोणत्या अयोग्य वस्तूसाठी हट्ट केला नाही की एखाद्या गोष्टीसाठी पत्तीकडे कधी हट्ट केला नाही. इतकेच नाही तर त्यांना फिरणेही आवडत नसे. स्वतः राधाकृष्णन यांना मात्र फिरायला जाणे खूप आवडत असे. नव नवीन ठिकाणी फिरायला जाणे त्यांना खूप आवडत असे. तेही आपल्या पत्नीच्या सवयी आणि समजूतदारपणाचा पूर्णपणे आदर करीत असत. अशा प्रकारे दोघांमध्ये चांगला ताळमेळ होता आणि परस्पर सहकार्य होते. दोघेही परस्परांना चांगल्या प्रकारे समजून घेत असत.

**क्रौटुंबिक जबाबदाऱ्यांचे ओझे**

राधाकृष्णन एक कर्तव्यनिष्ठ आणि कौटुंबिक जबाबदाऱ्या पूर्ण जबाबदारीने पार पाडणारे व्यक्ती होते. चांगले शिकून एखादी चांगली नोकरी मिळवावी आणि कुटुंबाची आर्थिक स्थिती सुधारावी हेच त्यांचे जीवनातील एकमेव ध्येय होते. त्यासाठीच सर्व इच्छा मारून कुटुंबाच्या जबाबदाऱ्या पार पाडण्यासाठी ते कधी मागे हटले नाहीत.

मद्रास कॉलेजमध्ये एम. ए. केल्यानंतर आता त्यांना लंडनमधील ऑक्सफर्ड विद्यापीठातून तत्त्वज्ञानाचे उच्च शिक्षण घ्यायचे होते, पण कौटुंबिक समस्या त्यांच्या मार्गात अडथळा निर्माण होऊन उभ्या होत्या. आता पत्नी आणि मुलांशिवाय आई-वडील आणि भावंडांची जबाबदारीही त्यांच्या खांद्यावर आली होती. त्यामुळे त्यांनी आपल्या इच्छेचे दडपल्या आणि नोकरी करण्याचा निश्चय केला.

नोकरीच्या शोधात त्यांनी खूप प्रयत्न केले, पण प्रथम श्रेणीत एम. ए. ची पदवी मिळविणाऱ्या या हुशार विद्यार्थ्याला फक्त निराशाच मिळत होती. अनेक दिवस गेले, पण कुठूनही काहीही आशादायी बातमी आली नाही. अशा वेळी त्यांना प्रो. स्नेकरांची आठवण झाली. त्याच दिवशी ते त्यांच्याकडे गेल आणि सर्व परिस्थिती सांगून मदतीची अपेक्षा व्यक्त केली.

प्रो. स्नेकर एक चांगले विद्वान होते. एका हुशार विद्यार्थ्याची अशी दयनीय अवस्था पाहून त्यांचे मन भरून आले. त्यांनी राधाकृष्णन यांना मदत करण्याचा निश्चय करून त्यांना मद्रास शिक्षण विभागाच्या पब्लिक इंस्ट्रक्शनच्या संचालकांकडे पाठविले. त्यांनी मुलाखत न घेता त्यांना सब इन्सपेक्टर ऑफ स्कूल्स या पदावर नियुक्त केले.

राधाकृष्णन यांची ही पहिली नोकरी होती. अर्थात ही नोकरी काही स्थायी नव्हती. त्यांना रोज दूर दूर जावे लागत असे, पण कौटुंबिक जबाबदाऱ्या समोर या अडचणीला काहीच महत्त्व नव्हते. ते पूर्ण जोमाने आपल्या कामाला लागले.

राधाकृष्णन अव्याहत परिश्रम करून कौटुंबिक जबाबदाऱ्या पार पाडीत होते, पण तरीही दिवसेंदिवस त्यांच्या गरजा वाढतच चालल्या होत्या. अशावेळी त्यांच्यावर अशीही परिस्थिती ओढवली की जेवण वाढण्यासाठी वापरण्यात येणारी केळीची पाने खरेदी करण्यासाठीही त्यांच्याकडे पैसे नव्हते. या स्थितीवर त्यांनी एक उपाय काढला. सर्वात आधी ते जमीन चांगल्या प्रकारे स्वच्छ करीत असत. मग त्या ठिकाणी एक स्वच्छ कपडा आंथरून त्यावर जेवण करीत असत. जेवण झाल्यावर तो कपडा स्वच्छ करून ठेवीत असत आणि पुन्हा दुसऱ्या वेळी त्याच कपड्याचा वापर करीत असत. अशा प्रकारे हिंदु तत्त्वज्ञानाला हिमालयाच्या उंचीवर नेऊन ठेवणारा हा थोर तत्त्वज्ञ कठीण परिस्थितीमध्ये आपले जीवन जगत होता.

### शिक्षक म्हणून नियुक्ती

पब्लिक इंस्ट्रक्शन विभागात राधाकृष्णन यांची इन्सपेक्टर ऑफ स्कूल्स या पदावर नियुक्ती झाली होती. काही दिवसानंतर त्यांना मद्रासमधील प्रेसिडेन्सी कॉलेजमध्ये मल्याळमचे शिक्षक म्हणून नियुक्त करण्यात आले. त्यांचे मासिक वेतन ६० रू. होते.

तसे ते काही मल्याळी भाषेचे तज्ज्ञ नव्हते, पण त्यांना मदत करण्यासाठी म्हणून हे पद रिक्त होताच तिथे त्यांची नियुक्ती करण्यात आली होती. भाषाविषयक अडचणीमुळे त्यांची कार्यालयात बदली करून तत्त्वज्ञानाच्या प्रवक्तापदावर नियुक्त करण्यात आले.

तत्त्वज्ञान हा त्यांचा आवडता विषय होता. त्या विषयामध्ये त्यांना नैपूण्य मिळालेले होते. त्यांनी विद्यार्थ्यांना आपला अनुभव आणि ज्ञानाचा पुरेपूर फायदा करून दिला.

इथेही त्यांचे वेतन ६० रू. होते, पण जेव्हा त्यांना प्रशिक्षणासाठी जावे लागले तेव्हा त्यांचे वेतन याच्या अर्ध्यापेक्षा थोडे अधिक होते. त्यांचे प्रशिक्षण एक वर्षाचे होते आणि या वर्षभरात आर्धे वेतन हेच त्यांच्या परेशानीचे मुख्य कारण होते. इतक्या कमी वेतनामध्ये इतक्या मोठ्या कुटुंबाचे पालन पोषण करणे ही अवघड जबाबदारी होती. या परिस्थितीवर मात करण्यासाठी ते विद्यार्थ्यांच्या घरोघरी जाऊन त्यांची शिकवणी घेत असत. पण त्यामुळे त्यांच्यावर प्रशिक्षणासाठी गैरहजर राहण्याची वेळ येत असे.

ज्या ठिकाणी प्रशिक्षण चालू होते तेथील प्राचार्य राधाकृष्णन यांची योग्यता आणि प्रतिभा चांगल्या प्रकारे ओळखून होते. त्यामुळे त्यांनी त्यांना प्रशिक्षणासाठी अनुपस्थित राहण्याची सूट दिली. पण त्याच वेळी अशीही अट घातली की ते उपस्थित नसलेली सर्व व्याख्याने ते स्वतः आपल्या सहप्रशिक्षणार्थ्यांना देतील. राधाकृष्णन यांनी ही अट आनंदाने स्वीकारली. वेळ आल्यावर त्यांनी अशा प्रकारे व्याख्यानातून आपली प्रतिभा सादर केली की प्राचार्यही आश्चर्यचकित झाले.

शेवटी प्रशिक्षण पूर्ण झाल्यावर त्यांनी डिप्लोमा देऊन सन्मानित करण्यात आले.

## लेखनातून ओळख

याच काळात कौटुंबिक जबाबदाऱ्या पूर्ण करण्यासाठी त्यांना आपली पदके सावकराकडे गहाण ठेवावे लागले होते. आपल्या शैक्षणिक योग्यतेसाठी त्यांना बहाल करण्यात आलेली ती सर्व पदके होती. नियतीच्या मनात मात्र वेगळेच काही तरी होते. घेतलेल्या कर्जाची वेळेवर परतफेड करू शकले नाही म्हणून सावकाराने त्यांच्यावर फिर्याद दाखल केली. राधाकृष्णन यांच्यासाठी ही परिस्थिती अतिशय अपमानजनक होती. त्यांनी सावकाराला वेळेवर कर्ज परत देण्याचे वचन दिले आणि जोमाने कामाला लागले. रात्रंदिवस अव्याहत परिश्रम केल्यावरही कर्जाची रक्कम जमा करणे अवघड वाटू लागले होते. हळू हळू कर्जाची परतफेड करण्याची वेळ जवळ येऊ लागली होती.

अशा वेळी राधाकृष्णन यांनी आपल्यातील सुप्त लेखकाला बाहेर काढले. त्यांनी आतापर्यंत दिलेल्या सर्व तत्त्वज्ञविषयक विचारांना संग्रहित केले. सूत्रबद्ध केले. त्याला एका पुस्तकाचे रूप दिले. त्यांनी आपल्या या पुस्तकाचे नाव ठेवले, 'असेंसिएल्स ऑफ सायकॉलॉजी'.

अथख परिश्रम केल्यानंतर त्यांचे हे पुस्तक लंडनच्या ऑक्सफर्ड शहरातील प्रेस 'क्लेरेंडन' मध्ये प्रकाशित झाले. बाजारात येताच या पुस्तकाच्या सर्व प्रतिची हातोहात विक्री झाली. या पुस्तकाच्या प्रसिद्धीने राधाकृष्णन यांनाही प्रसिद्धीच्या शिखरावर नेले. नंतर 'ऑक्सफर्ड युनिव्हर्सिटी फ्रेस' नेही हेपुस्तक प्रकाशित केले. या पुस्तकाने राधाकृष्णन यांच्या सर्व अडचणी दूर केल्या. याच्या प्रकाशनातून त्यांना पाचशे रूपये मिळाले. त्यातून त्यांनी आपले सर्व कर्ज फेडून आपली सर्व पदके परत मिळविली.

अशा प्रकारे जीवनातील चढ- उतार सहन करीत राधाकृष्णन कौटुंबिक जबाबदाऱ्या अतिशय निष्ठेने पार पाडीत राहिले.

# प्रकरण ४

# शिक्षक आणि लेखक

राधाकृष्णन यांना शिक्षक म्हणून पहिली नोकरी मल्याळमच्या प्राध्यापकाची मिळाली. त्यांची स्वतःची भाषा तेलगू असल्यामुळे मल्याळम शिकविताना त्यांना अनेक प्रकारच्या अडचणी येत होत्या. त्यांना येणाऱ्या अडचणी पाहून त्यांना शिक्षक पदावरून काढून कार्यालयीन पदावर नियुक्त करण्यात आले. त्यानंतर १९१४ मध्ये त्यांना पहिल्यांदा तत्त्वज्ञानाचे सहाय्यक प्राध्यापक म्हणून नियुक्त करण्यात आले. या पदावर काम करीत असताना त्यांनी आपल्यातील शिक्षकरुपी प्रतिभा दाखवून दिली. ते एखाद्या विषयावर बोलत असत तेव्हा उपस्थित असलेले विद्यार्थी भान हरपून त्यात रंगून जात असत. त्यांचे व्याख्यान इतके सोपे, सखोल आणि अचूक असायचे की त्यावेळी मद्रासमधील सर्व कॉलेजचे विद्यार्थी त्यांचे विचार ऐकण्यासाठी उत्सुक असत. राधाकृष्णन नेहमी ही गोष्ट लक्षात ठेवीत असत की, कोणाला आपले व्याख्यान ऐकायचे असेल तर तो त्यापासून वंचित राहता कामा नये. त्यामुळे ते कोणत्या कॉलेजचे निमंत्रण नाकारत नसत. आपल्या ज्ञान गंगेने सर्वजण तृप्त व्हावेत यासाठीच त्यांचे प्रयत्न असत.

तसे राधाकृष्णन वयाने तरुण होते, पण त्यांचे व्यक्तिमत्त्व इतके प्रभावी होते की कॉलेजमधील वयोवृद्ध प्राध्यापकही त्यांचा आदर करीत असत. ख्रिश्चियन कॉलेजचे प्रा. हॉग बहुतेक वेळा आपल्या विद्यार्थ्यांना राधाकृष्णन यांच्याकडे त्यांचे व्याख्यान ऐकण्यासाठी पाठवीत असत. ते सुद्धा अतिशय प्रेमाने त्यांना व्याख्यान देत.

राधाकृष्णन आतापर्यंत एक प्रसिद्ध आणि सुगम व्याख्याते झाले होते. अर्थात या बद्दल त्यांच्या मनात काहीही अहंकार नव्हता. ते एखाद्या परिपूर्ण शिक्षकाप्रमाणे

आपल्या विद्यार्थ्यांना निष्ठापूर्वक मार्गदर्शन करीत असत. ते विद्यार्थ्यांमध्ये अशा प्रकारे मिळून मिसळून वागत असत की विद्यार्थी त्यांना आपल्यापैकीच एक समजत असत. विद्यार्थ्यांमध्ये जास्त लोकप्रिय होण्यामागचे हेही कारण असू शकेल. अर्थात राधाकृष्णन यांच्या जीवनाचे ध्येय काही इतकेच मर्यादित नव्हते. क़ाही तरी नवीन करण्यासाठी त्यांचे मन अस्वस्थ होते. ज्ञानाची भूक त्यांना आतून सतत धक्के मारीत असे. याच कारणामुळे एका शिखरावर पोहचल्यावरही आणखी पुढे जाण्यासाठी ते प्रयत्नशील होते.

राधाकृष्णन यांचे शिक्षण ख्रिश्चियन शाळा आणि महाविद्यालयामध्ये झाले होते. इतकेच नाही तर त्यांनी स्वतःही ख्रिश्चियन कॉलेजमध्ये शिकविले होते. याच काळात त्यांनी हिंदु धर्माच्या बरोबरीने ख्रिश्चिन लोकांचे धर्मग्रंथ जसे बायाबल, युरोपिय तत्त्वज्ञानाचाही प्रकांड अभ्यास केला होता. याशिवाय त्या काळातील थोर विचारवंतांची अनेक पुस्तकेही त्यांनी वाचली होती. त्यामध्ये अरस्तु, प्लेटो, कांट, डार्विन, थर्मस, हक्सले, फ्राऊडी, कालाईल मिल, लॉंगफेलो यांचा समावेश होता. हे सर्व वाचल्यानंतर त्यांची ज्ञानाची भूक अधिकच वाढत गेली. ज्या काळात त्यांना आर्थिक चणचणीचा सामना करावा लागत होता, त्या काळातही ते पुस्तके खरेदी करीत असत. त्यांना प्रत्येक प्रकारचे साहित्य वाचणाची आवड होती. तसे तत्त्वज्ञान हा त्यांचा आवडीचा विषय होता. अनेक ग्रंथांचा अभ्यास केल्यानंतर त्यांच्या आता ज्ञानाचा अथांग सागर निर्माण झाला होता. अशा वेळी त्यांच्यातील लेखक बाहेर येण्यासाठी तळमळत होता.

### म्हैसूर विद्यापीठात नियुक्ती

१९१६ मध्ये राधाकृष्णन आंध्रप्रदेशातील अनंतपूर नावाच्या एका खेड्यात सहाय्यक शिक्षक म्हणून बदली होऊन गेले. त्यांचे मन मात्र मद्रासच्या प्रेसिडेन्सी कॉलेजमध्येच अडकून पडले होते. तिथे त्यांनी दीर्घकाळ शिक्षक म्हणून काम केले होते. इतक्या दूर अनंतपूरमध्ये शिक्षक म्हणून काम करणे त्यांना अशक्य होते. शेवटी देवाने त्यांचे गाऱ्हाणे ऐकले आणि तीन महिन्यानंतर बढती होऊन ते परत प्रेसिडेन्सी कॉलेजमध्ये आले. यावेळी त्यांची प्रोफेसर म्हणून नियुक्ती करण्यात आली.

१९१७ मध्ये त्यांची पुन्हा बदली करून राजमुंद्री नावाच्या ठिकाणी नियुक्त करण्यात आले. यावेळच्या बदलीने राधाकृष्णन विचलित झाले.

त्या काळात दक्षिण भारतात जातीयवादाची चलती होती. जातीभेदामुळे लोकांमध्ये

परस्पर शत्रुत्त्व निर्माण झाले होते. लोक ब्राह्मणवादाचा विरोध करू लागले होते. ब्राह्मणांचे वर्चस्व उखडून टाकण्यास लोक सिद्ध झाले होते. प्रशासनालाही अशा बिकट परिस्थितीचा सामना करावा लागत होता. राधाकृष्णन ब्राह्मण असल्यामुळे या प्रभावापासून तेही वाचू शकले नाहीत. त्यामुळेच त्यांची वारंवार बदली केली जात होती. त्यामुळे त्यांच्या मनात व्यवस्थेबद्दल चीड निर्माण झाली. खरे तर राधाकृष्णन अतिशय कोमल, सहृदय, दयाळू आणि सहनशील स्वभावाचे होते, तसेच आतापर्यंत या सर्व बदल्या त्यांनी शांततेने स्वीकारल्या होत्या. पण त्यामुळे कुटुंबाला वारंवार सहन कराव्या लागणाऱ्या त्रासामुळे ते त्रस्त झाले होते. एक तर ते कुटुंबापासून दूर राहू शकत नव्हते किंवा त्यांना सतत सोबत घेऊन इकडे तिकडे भटकू शकत नव्हते. त्यामुळे शेवटी त्यांनी म्हैसूरला जाण्याचा निर्णय घेतला.

म्हैसूरमधील 'महाराजा कॉलेज' अतिशय प्रसिद्ध होते. त्या कॉलेजचे प्राचार्य सी. आर. रेड्डी यांना राधाकृष्णन यांची योग्यता आणि प्रतिभा आधीपासूनच माहीती होती. त्यांनी स्वतःही अनेक वेळा त्यांची व्याख्याने ऐकली होती. त्यांनी आपल्या कॉलेजमध्ये काम करावे, अशी त्यांची मनापासून इच्छा होती. त्यामुळे म्हैसूरला पोचताच त्यांनी रेड्डी यांच्याशी संपर्क साधला. रेड्डी यांची तर जणू काही मनिषाच सफल झाली. त्यांनी कॉलेजच्या तत्त्वज्ञान विभागाचे अध्यक्ष म्हणून त्यांची निवड केली.

म्हैसूरचे महाराज 'महाराजा कॉलेज' चे संचालक होते. त्यांना या पदावर विलायतेवरून उच्च शिक्षण घेऊन आलेल्या एखाद्या हुशार व्यक्तीला नेमायचे होते. त्यामुळे राधाकृष्णन यांची नियुक्ती करायला त्यांनी नकार दिला.

या वागण्यामुळे राधाकृष्णन खूप निराश झाले. एका योग्य व्यक्तीला योग्य पदापासून वंचित ठेवल्यामुळे श्री रेड्डीही दुःखी झाले. अर्थात तरीही त्यांनी पराभव मान्य केला नाही. त्यांनी कॉलेजमध्ये उपाध्यक्षाची गरज असल्याचे जाणवून देत त्या पदावर राधाकृष्णन यांची नियुक्ती करण्याचा प्रस्ताव ठेवला. शेवटी त्यांची नियुक्ती झाली.

अड्चणींचा सामना करणे हेच नशिबात लिहिले असेल तर जीवनातील कोणत्याही मार्गावरून वाटचाल केली तरीही अडचणी काही पीच्छा सोडीत नाहीत. असेच काहीसे राधाकृष्णन यांच्या बाबतीतही झाले. ब्राह्मण असणे हेच त्यांच्यासाठी त्रासदायक झाले होते. मद्रासमध्ये ब्राह्मण विरोधाची जी आग पेटली होती, तिची आच आता म्हैसूरपर्यंत आली होती. त्यामुळे सरकारी यंत्रणेने राजावर दबाव आणून राधाकृष्णन यांची नियुक्ती

रद्द करायला लावली. यामुळे राधाकृष्णन यांच्या अडचणीमध्ये आणखीनच वाढ झाली.

असे म्हणतात की अडचणी आल्या असतील तर त्या जाण्याचा मार्गही त्याच वेळी तयार होत असतो. आतापर्यंत राधाकृष्णन यांच्यासोबत कॉलेजचे प्राचार्य श्री रेड्डी हेच एकटे होते. त्या काळातील सर्वश्रेष्ठ इंजिनिअर विश्वेश्वरय्या त्यांच्या बाजूने उभे राहिले. त्यावेळी ते म्हैसूरचे दिवाण होते. राधाकृष्णन यांच्यावर झालेल्या अन्यायाबद्दल त्यांना कळल्यावर ते स्तब्ध झाले. अशा योग्य आणि सन्माननीय व्यक्तीसोबत अशा प्रकारचे अश्लाघ्य वर्तन त्यांना अयोग्य वाटले. ते त्याच वेळी महाराजांकडे गेले आणि त्यांना सर्व परिस्थिती समजावून सांगून अतिशय कठोर शब्दात म्हणाले, "योग्यता जर अशाच पद्धतीने आपल्या राज्यात मोजली जाणार असेल तर मी माझ्या पदाचा राजिनामा देतो. माझ्या जागी दुसऱ्या एखाद्या लायक व्यक्तीची नियुक्ती करा."

इतक्या थोर व्यक्तीचे अशा प्रकारचे कठोर शब्द ऐकल्यावर राजा लाजून चूर झाला. त्यांनी एका क्षणाचाही विलंब न लावता राधाकृष्णन यांच्या नियुक्तीचा आदेश काढला. अशा प्रकारे ते पुन्हा उपाध्यक्षपदी नियुक्त झाले. १९१८ मध्ये पाचशे रूपयांच्या मासिक वेतनावर प्रोफेसर म्हणून त्यांची नियुक्ती करण्यात आली. त्यांनी सुमारे ३० वर्षे या कॉलेजमध्ये शिकविण्याचे कार्य केले.

**कलकत्त्याला प्रस्थान**

सुरूवातीपासूनच कलकत्ता विद्यापीठ भारतातील सर्वोत्तम आणि सर्वश्रेष्ठ विद्यापीठांपैकी एक राहिले आहे. त्याची प्रसिद्धी परदेशातही पोहचली होती. ब्रिटिश सत्ता कोणत्याही व्यक्तीची योग्यता याच विद्यापीठाच्या माध्यमातून पारखून घेत असे. त्या काळी भारतातील थोर विद्वान तिथे शिक्षक म्हणून नियुक्त करण्यात आले होते. यामध्ये डॉ. सहा, डॉ. सी. व्ही. रमण यांचा उल्लेख करणे अतिशय आवश्यक आहे.

कलकत्ता विद्यालयाचे तत्कालिन कुलगुरू आशुतोष मुखर्जी एक विद्वान व्यक्ती होते. त्यांनी राधाकृष्णांबद्दल ऐकल्यावर त्यांना आपल्या विद्यापीठामध्ये नियुक्त करण्याबद्दल ते अतूर झाले. राधाकृष्णन यांनी तत्त्वज्ञान विभागाचा कार्यभार सांभाळावा असे त्यांना वाटत होते. त्यासाठी त्यांनी एक निवेदनात्मक पत्र लिहून त्यांना विनंती केली.

इकडे राधाकृष्णन तीन वर्षांपासून महाराजा कॉलेजमध्ये कार्यरत होते, पण त्यांचे मन मात्र प्रेसिडेन्सी कॉलेजमध्येच गंतुले होते. खरं तर इथे त्यांची एक वेगळी ओळख

निर्माण झाली होती, विद्यार्थी आणि सहकाऱ्यांमध्ये ते अतिशय लोकप्रिय झाले होते, तरीही प्रेसिडेन्सी कॉलेजमधील वातावरण , विद्यार्थी, सहकारी सर्वांची त्यांना तीव्रतेने आठवण होत होती. तिथे पुन्हा नियुक्ती मिळावी म्हणून त्यांनी काही पत्रव्यवहारही केला होता. पण ब्राह्मणवादाचा विरोध आणि विलायतेची पदवी नसल्यामुळे त्यांना निराशेला सामोरे जावे लागत होते. याच दरम्यान त्यांना कोलकत्ता विद्यापीठाचे कुलगुरू अशुतोष मुखर्जींचे पत्र आले होते. प्रेसिडेन्सी कॉलेजमध्ये हाती निराशा आली होती, परिणामी त्यांनी कोलकत्त्यास जाण्याचा निश्चय केला.

रेड्डींसह इतर प्राध्यापक आणि विद्यार्थ्यांना ते कोलकत्त्याला जाणार असल्याची माहिती मिळाली तेव्हा दुःखाच्या सागरामध्ये बुडून गेले. इतक्या महान व्यक्तिमत्त्वाचा विरह कोणालाही सहन होण्यासारखा नव्हता. त्यांनी याच कॉलेजमध्ये रहावे, अशी त्या सर्वांची मनापासून इच्छा होती, पण राधाकृष्णन यांनी जाण्याचा निश्चय केला होता. परिणामी त्यांच्या सन्मानार्थ एक भव्य निरोप समारंभ आयोजित करण्यात आला. त्यावेळी त्यांनी दिलेले भाषण श्रोत्यांच्या मनावर त्यांची अमीट छाप पाडून गेले. सर्वांचे डोळे पाणावून राधाकृष्णन सहकुटुंब कोलकत्त्याला रवाना झाले.

आशुतोष मुखर्जींना ही बातमी कळली तेव्हा त्यांच्या आनंदाला सीमा राहिली नाही. ते दीर्घ काळापासून या वेळेची वाट पाहत होते. त्यांची आता मनापासून अशी इच्छा होती की राधाकृष्णन या विद्यापीठात आलेच आहेत तर विद्यापीठातील इतर विद्वानांशी त्यांची ओळख त्यांच्या अनुरूप पद्धतीने व्हायला हवी. त्यासाठी त्यांनी आधीपासूनच एक योजना आखली होती.

'कोलकत्ता विद्यापीठात एकाहून एक असे थोर विद्वान होते. जे वयाने आणि अनुभवाने खूप मोठे होते. अशा परिस्थितीत ते त्यांच्यासोबत मिळून काम करू शकतील का? ' हा प्रश्न अनेक दिवसांपासून राधाकृष्णन यांच्या मनात निर्माण होत होता. त्याच बरोबर त्यांना या गोष्टीचीही काळजी वाटत होती की आपले कुटुंब स्वतःला बंगाली परिस्थितीत सामावून घेऊ शकेल का? शेवटी त्यांनी सर्व काही देवावर सोडून दिले. इ.स. १९२१ मध्ये ते सहकुटुंब कोलकत्त्याला आले.

आशुतोष मुखर्जींनी त्यांच्या सन्मनार्थ एका ओळख समारंभाचे आयोजन केले. हे समंलेन विद्यापीठाच्या सिनेट हॉलमध्ये होत होते. या निमित्ताने विद्यापीठातील सर्व प्राध्यापक उपस्थित होते. सर्व हॉल शिगोशिग भरला होता. सर्व जण उत्सुकतेने आधीर होऊन त्या दक्षिण भारतीय युवकाची वाट पाहत होते, ज्याच्या विद्वतेविषयी त्यांनी खूप काही ऐकले होते. त्याच वेळी आशुतोष मुखर्जीसोबत राधाकृष्णन हॉलमध्ये आले.

पांढरे शुभ्र दक्षिण भारतीय धोतर, वर काळ्या रंगाचा कोट, डोक्यावर मलमलची पगडी, राधाकृष्णन यांची अशी वेशभूषा त्यांचे पूर्ण सभेमध्ये वेगळेपण सिद्ध करीत होती. सर्वांनी आपापल्या जागी उभे राहून त्यांचे स्वागत केले.

कलकत्त्याची भाषा बंगाली होती, तर राधाकृष्णन तेलगू भाषीक होते. अशा परिस्थितीत फक्त इंग्रजी भाषाच त्यांच्या दरम्यान संवादाचे साधन होऊ शकत होती. त्यामुळे त्यांनी इंग्रजीमध्ये आपला परिचय आणि प्रभावी भाषण देऊन सभेला उपस्थित असलेल्या सर्वांवर आपली अमीट छाप सोडली. त्यांनी तत्त्वज्ञानावर अशा प्रकारे सारगर्भित व्याख्यान दिले की सर्व जण त्यांचे कौतुक केल्याशिवाय राहू शकले नाहीत. कमी वयात इतके मोठे ज्ञान मिळविलेले पाहून सर्वजण आश्चर्यचकित झाले. त्यांनी राधाकृष्णन यांच्या बाबतीत जे काही ऐकले होते तेच ख़रे असल्याचे आढळून आले होते. आशुतोष मुखर्जींनी त्यांना ज्या विश्वासाने कोलकत्याला बोलावले होते, त्याने तो विश्वास अधिकच मजबूत झाला होता.

राधाकृष्णन स्वतःला कोणत्याही परिस्थितीशी जुळवून घेणारे व्यक्ती होते. त्यामुळे काही दिवसांतच ते बंगाली संस्कृतीशी मिळून गेले. तेथील वातावरण त्यांना आवडू लागले होते. आतापर्यंत त्यांना प्रेसिडेन्सी कॉलेजची जी उणीव सतावत होती, ती हळूहळू निघून गेली. येथील परिस्थिती तशी तर नव्हती, पण मैसूर विद्यापीठाच्या तुलनेत इथे जास्त मानसिक शांतता आणि विकासाची अधिक शक्यता होती.

कलकत्ता सुरुवातीपासूनच बुद्धिजीवींचे शहर राहिले आहे. टागोर, बंकिमचंद्र, शरतचंद्र यांच्यासारखे थोर साहित्यिक आणि विचारवंत या शहरातूनच प्रसिद्धीच्या शिखरावर पोहचले होते. इथे व्यक्तीची ओळख त्याचा धर्म, जात, लिंग किंवा पंथ यानुसार होत नव्हती, तर त्याचे वागणे, शिक्षण आणि मानसिक विकसनशीलता याच्या आधारे केली जात होती. याच कारणामुळे आतापर्यंत जातीवादामुळे राधाकृष्णन यांना जो त्रास सहन करावा लागला होता, तो कलकत्त्याला आल्यावर विस्मृतीत जमा झाला होता. ते पुन्हा पूर्ण उत्साह आणि जोमाने अध्यापनाच्या कामाला लागले.

# प्रकरण ५

# परदेश प्रवास

एम. ए. केल्यापासूनच राधाकृष्णन यांच्या मनात विलायतेला जाऊन उच्च शिक्षण घेण्याची इच्छा जोर धरीत होती. त्या काळात विलायतेला जाऊन उच्च शिक्षण घेण्याची परंपराच निर्माण झाली होती. परदेशातून उच्च शिक्षण घेऊन आलेल्या व्यक्तीकडे आदराने पाहण्याची पद्धत होती. तसेच उच्च पदासाठीही अशा व्यक्तीला प्राधान्य दिले जात होते. बहुतक लोक फक्त यासाठीच विलायतेला जात असत.

राधाकृष्णन यांची स्थिती इतर लोकांपेक्षा वेगळी होती. त्यांना फक्त आपली ज्ञानाची भूक भागविण्यासाठी विलायतेला जायचे होते; पण त्यावेळी त्यांच्यावर असलेल्या कौटुंबिक जबाबदाऱ्या आणि बिकट आर्थिक स्थिती यामुळे त्यांना आपली इच्छा मनातच दाबून ठेवावी लागली होती.

### लंडनचा प्रवास

इ.स. १९२६ मध्ये विद्यापीठांचे एक अंतरराष्ट्रीय संमेलन आयोजित करण्यात आले होते. या निमित्ताने भारतातील ब्रिटिश सरकारच्या अधिपत्याखाली असलेल्या विद्यापीठाच्या प्रतिनिधींनाही आमंत्रित करण्यात आले होते. अर्थात कलकत्ता विद्यापीठात एकाहून एक असे सरस थोर विद्वान होते, पण राधाकृष्णन यांच्यासारखा तत्त्वज्ञ आणि विचारवंत व्याख्याता दुसरा कोणीही नव्हता. त्यामुळे आशुतोष मुखर्जींनी त्यांना पाठविण्याचा निर्णय घेतला. राधाकृष्णन यांच्यासाठी ही गोष्ट एखाद्या चमत्कारासारखीच होती. अनेक वर्षांपासून दडलेली त्यांची इच्छा पूर्ण व्हायला निघाली होती, पण ते उच्च शिक्षणासाठी नाही तर एक व्याख्याते म्हणून विलायतेला जात होते, या एका गोष्टीचे त्यांना दुःखही होते.

ब्रिटनमधील प्रसिद्ध तत्त्वज्ञ प्रो. हेल्डेन यांना राधाकृष्णन यांची प्रतिभा चांगल्या प्रकारे माहीत होती. त्यांनी त्यांचे विचार अनेक लेखांमध्ये वाचले होते. त्यामुळे त्यांनी आपले तत्त्वज्ञान, विचार आणि बौद्धिकता स्पष्ट करू शकले होते. राधाकृष्णन लंडनला येणार असल्याचे कळले तेव्हा त्यांच्या आनंदाला सीमा राहिली नाही. ते अतिशय उत्साहाने त्यांच्या स्वागताची तयारी करू लागले.

ठरलेल्या दिवशी राधाकृष्णन लंडनला पोहचले. तिथे त्यांचे भव्य स्वागत झाले. या निमित्ताने त्यांची भेट आशुतोष मुखर्जींचे पुत्र श्यामाप्रसाद मुखर्जी यांच्याशी झाली. ते त्या काळात लंडनमध्ये शिकत होते. त्यांनी आपल्या वडिलांकडून राधाकृष्णन यांच्याबद्दल खूप काही ऐकले होते. त्यांचे विचार आणि तत्त्वज्ञान यामुळे ते खूप प्रभावित झाले होते. त्यांना भेटल्यामुळे शामाप्रसाद यांना धन्य वाटले. त्यानंतर राधाकृष्णन यांनी लंडनमधील प्रसिद्ध विचारवंत आणि लेखकांची भेट घेतली, ज्यामध्ये कींस ली, मूर, बाल्फाटे हे प्रमुख होते.

### हिंदुंची जीवन पद्धती

राधाकृष्णन यांचे पहिले व्याख्यान लंडनमधील मँचेस्टर कॉलेजमध्ये होते. या कॉलेजचे प्राचार्य एल.पी.जेक्स यांनीही त्यांच्याबद्दल खूप काही ऐकले होते. त्यांनी स्वतःही त्यांचे लेख वाचले होते. 'पूर्वेकडील एक थोर तत्त्वज्ञ पाश्चात्य देशातील लोकांना पूर्वेची सभ्यता आणि संस्कृती याची ओळख करून देणार आहे तसेच दोन्ही देशांमध्ये परस्पर देवाण-घेवाण होणार आहे.' यामुळे ते खूप उत्साहित झाले होते.

ठरलेल्या दिवशी मँचेस्टर कॉलेजमध्ये राधाकृष्णन यांनी आपले व्याख्यान दिले. हे व्याख्यान 'हिंदुंच्या जीवनपद्धती' वर आधारित होते. यामध्ये त्यांनी हिंदुची राहण्याची जगण्याची पद्धत आणि त्यांचे रीती रिवाज तसेच परंपरावर प्रकाश टाकीत म्हटले, "हिंदु धर्म गहन आस्थेवर आधारित कर्म करतो. कर्मासाठी हिंदु गीतेचे अनुसरण करतात. यामध्ये कर्मावर अधिक भर देण्यात आला आहे. यानुसार व्यक्ती जसे कर्म करीत असतो, तसेच त्याला फळ मिळत असते. कर्माच्या सिद्धांतानुसार व्यक्तीने वाईट कर्मापासून दूर राहून सत्कर्म करण्यावर भर देते. हिंदु एक सर्वोच्च शक्ती असलेल्या ईश्वराचा स्वीकार करतात. त्याच्यावर आगाध श्रद्धा ठेवून मृत्यू लोकाला नश्वर समजतात."

हिंदूच्या जीवन पद्धतीवर बोलताना ते म्हणाले, "हिंदु धर्म जीवनाचे चार आश्रमामध्ये विभाजन करतो. हेच त्यांच्या जीवनाचे चक्र आहे. हे चार आश्रम असे- ब्रह्मचर्य,

गृहस्थ, वानप्रस्थ आणि सन्यांस. माणसाच्या जीवनातील पहिली २५ वर्षे ब्रह्मचर्याच्या आधीन समजली आहेत. या कालावधीत तो फक्त शिक्षण ग्रहण करीत असतो. त्यानंतर तो विवाह करून गृहस्थाश्रमात प्रवेश करतो. वयाच्या २६ वर्षांपासून ५० वर्षापर्यंतचा काळ गृहस्थाश्रमाचा समजला आहे. त्यानंतर वयाच्या ५२ व्या वर्षी कौटुंबिक जबाबदाऱ्यातून निवृत्त होऊन तो वनाच्या दिशेने प्रस्थान करतो. देवाच्या भक्तीमध्ये लीन होतो. ५१ पासून ७५ वर्षापर्यंतच्या वयाचा कालावधी वानप्रस्थाश्रमचा समजला आहे. वयाच्या ७६ व्या वर्षी सन्यांसाश्रम सुरू होतो. यामध्ये व्यक्ती मोह मायेची सर्व बंधने त्यागतो. त्याला परमेश्वर प्राप्तीशिवाय दुसरी कोणतीही लालसा असत नाही. या चक्रावर हिंदु जीवन आधारित आहे. "

भारतीय जीवनात स्त्रियांच्या महत्त्वावर प्रकाश टाकताना राधाकृष्णन म्हणाले होते, "अनेक शतकांपासून भारत वर्षांमध्ये स्त्रियांचा सन्मान होत आला आहे. स्त्री-पुरूषांमध्ये कोणत्याही प्रकारची भिन्नता असत नाही. दोघांच्याही मनात परस्परांबद्दल प्रेम आणि आदराची भावना शिल्लक राहते अशा प्रकारचे संबंध त्या दोघांमध्ये परस्परात प्रस्थापित करण्यात आले आहेत. याच भावनेला अधिक बळकटी प्रदान करीत ते एक दुसऱ्या सोबत संपूर्ण जीवन व्यतीत करतात."

राधाकृष्णन यांची सारगर्भित आणि तत्त्वज्ञविषयक विचारांनी ओतप्रोत असलेली भाषणे लंडन वासियांच्या मनात घर करून राहिली. लंडनमधील वृत्तपत्रांनी त्यांच्या व्याख्यानाला पहिल्या पानावर प्रसिद्धी दिली. नंतर त्यांची ही सर्व भाषणे संकलित करून त्याला एक पुस्तकाचे रूप देण्यात आले, 'हिंदू व्ह्यू ऑफ लाईफ' असे त्याला नाव देण्यात आले. हे त्या काळातील सर्वाधिक लोकप्रिय आणि प्रशंसापात्र पुस्तकांपैकी एक होते.

फुलांसोबत काटे असणे अनिवार्य असते, त्याच प्रमाणे कौतुक करणाऱ्यांच्या बरोबरीने टीका करणारे आणि विरोधकही नक्कीच असतात. लंडनमध्ये राधाकृष्णन यांचे अनेक प्रशांसक होते, पण त्यांच्या विरोधकांची संख्याही काही कमी नव्हती. लंडनमधील कट्टर ख्रिश्चन धर्मी त्यांच्या विरोधात उभे राहिले. अर्थात फुलाला कितीही काट्यांनी वेढा घातला तरी त्याचे सौंदर्य आणि सुगंध काही लपून राहत नाही. ते इतरांना आपल्याकडे आकर्षित करीत राहते. असेच काहीसे राधाकृष्णन यांच्या बाबतीतही झाले. त्यांची विद्वता आणि सारगर्भित विचारांच्या पुढे विरोधकांचे काही एक चालले नाही आणि त्यांची लोकप्रियता वाढतच राहिली. त्यांची प्रशासंकाची संख्याही वाढली.

## अमेरिकेचा प्रवास

राधाकृष्णन यांची पावले एकदा परदेशाच्या दिशेने निघाल्यावर ती सतत पुढेच जात राहिली. त्या काळात अमेरिकेतील हॉवर्ड विद्यापीठात तत्त्वज्ञानाशी संबंधित अंतरराष्ट्रीय शिखर संमेलनाचे आयोजन केले जात होते. या निमित्ताने राधाकृष्णन यांनाही आमंत्रित करण्यात आले. त्यामुळे लंडनमध्ये दोन महिने घालविल्यानंतर ते अमेरिकेला गेले. या संमेलनामध्ये अमेरिकेसह इतर देशांतील विद्वानही सहभागी होणार होते. या निमित्ताने राधाकृष्णन यांनी हिंदु जीवन पद्धतीविषयी प्रभावी व्याख्यान दिले ते ऐकून उपस्थित सर्व लोक त्यांच्या बुद्धिमत्तेचे कौतुक करू लागले.

अमेरिकेमध्येच त्यांची भेट भारताचे आध्यात्मिक गुरू कृष्णमूर्ती यांच्याशी झाली. त्यांच्या सहवासात राहून राधाकृष्णन यांनी धर्म आणि आध्यात्म याचे मर्म अधिक खोलात जाऊन जाणून घेतले. याशिवाय यावेळी त्यांची भेट अनेक अमेरिकन विद्वानांशी झाली. त्यामध्ये कोस, ड्यूई, एटीन, गिल्सन, इमर्सन फोस्डिक यांचा समावेश होता. इमर्सन फोस्डिक तत्कालिन मंत्री होते आणि ते ख्रिश्चनांचे नेतृत्त्वही करीत होते. राधाकृष्णन यांनी त्यांना आपल्या समोर नतमस्तक केले.

अशा प्रकारे लंडन आणि अमेरिकेमध्ये आपल्या बौद्धिकतेचे आणि तत्त्वज्ञानाचे ज्ञान सादर करून राधाकृष्णन परत भारतात आले. इथे त्यांचे भव्य स्वागत करण्यात आले. विविध महाविद्यालयांमध्ये स्वागत समारंभ आयोजित करून त्यांना सन्मानित करण्यात आले.

## ऑक्सफर्डमध्ये व्याख्यान

इ.स. १९२८ मध्ये राधाकृष्णन यांना पुन्हा लंडनला जावे लागले, पण यावेळी व्याख्यात्याच्या स्वरूपात नाही तर एक प्रोफेसर म्हणून. ज्या मँचेस्टर कॉलेजमध्ये त्यांनी आपले सर्वात पहिले व्याख्यान दिले होते, त्याच कॉलेजने त्यांना शिकविण्यासाठी बोलावले होते. आतापर्यंत राधाकृष्णन यांच्यासाठी कलकत्ता हे अतिशय सन्मानाचे ठिकाण झाले होते. इथेच त्यांना इतका सन्मान आणि परदेशी जाण्याची संधी मिळाली होती. त्यामुळे त्यांना हे सोडून इतरत्र कुठेही जायचे नव्हते, पण मँचेस्टर कॉलेजचे प्राचार्य एल.पी. जेक्स यांनी वारंवार विनंती केल्यामुळे राधाकृष्णन यांनी कोलकत्ता विद्यापीठातून एक वर्षाची सुट्टी घेतली आणि ते लंडनला गेले. पण 'युनिव्हर्सिटी

ऑर्गनायझेशन समितीच्या हस्तक्षेपामुळे राधाकृष्णन मँचेस्टर कॉलेजमध्ये तर शिकवू शकले नाहीत. त्यानंतर त्यांनी ऑक्सफर्ड विद्यापीठात व्याख्याने दिली आणि ते स्वदेशी परतले.

## कुलगुरू पदावर नियुक्ती

इ.स. १९२५ मध्ये आंध्र विद्यापीठाचा पाया घालण्यात आला. अवघ्या एका वर्षातच हे विद्यापीठ शिक्षण देण्यासाठी तयार झाले. याचे पहिले कुलगुरू सी.आर. रेड्डी होते, ज़्यांनी मँचेस्टर कॉलेजमध्ये प्राचार्य म्हणूनही काम केले होते. ते राधाकृष्णन यांच्यामुळे अतिशय प्रभावित झाले होते. त्यांनी आंध्र विद्यापीठात व्याख्याने द्यावीत, अशी त्यांची इच्छा होती.

इ.स. १९२७ मध्ये आंध्र विद्यापीठाचा पहिला दीक्षांत समारंभ आयोजित करण्यात आला. या वेळी अनेक विद्वानांसह रेड्डी यांनी राधाकृष्णन यांनाही निमंत्रण पाठविले. जे त्यांनी आनंदाने स्वीकारले. या कार्यक्रमाच्या वेळी राधाकृष्णन यांनी आपल्या व्याखानातून विद्यार्थ्यांच्या मनामध्ये देशभक्ती आणि आत्म निर्माणाची ज्योत पेटविली. त्याच बरोबर देशाबद्दल त्यांच्यावर कोण कोणत्या जबाबदाऱ्या आहेत,त्या कशा प्रकारे पूर्ण केल्या जाऊ शकतात हेही त्यांना सांगितले.

श्री रेड्डी यांची अशी इच्छा होती की राधाकृष्णन यांनी आंध्र विद्यापीठामध्ये तत्त्वज्ञान विभागात काम करून विद्यापीठाचा स्तर आणखी उंच करावा. त्यांनी आपली इच्छा व्यक्तही केली होती. खरं तर राधाकृष्णन आता कलकत्यामध्ये चांगल्या प्रकारे स्थायिक झाले होते, पण रेड्डी यांच्या इच्छेचा आदर करीत ते आंध्र विद्यापीठामध्ये आले. त्यांनी अवघ्या दोन वर्षांतच आंध्र विद्यापीठाचा कायाकल्प केला. त्यांनी विद्यार्थ्यांच्या गरजांसोबतच त्यांच्या इच्छाही लक्षात घेतल्या. त्यांच्यासाठी आवश्यक अशी अभ्यास सामग्री उपलब्ध करून दिली. त्यांच्या वाणीमध्ये प्रत्येक व्यक्तीस आपल्या वाकपटुतेमुळे आकर्षित करण्याची संमोहन शक्ती होती. ते आपल्या व्याख्यानात जे काही सांगत असत ते आपल्या वैयक्तिक जीवनातही लागू करीत असत. हीच गोष्ट त्यांना साधे आणि सुगम ठरवीत होती. त्यांची ओळख झाली होती. त्यांच्या याच वैशिष्ट्यामुळे पूर्ण विद्यापीठावर त्यांची एक वेगळी छाप उमटली होती. ते विद्यार्थ्यांच्या मनः पटलावर अतिशय चांगल्या प्रकारे वास करीत होते.

त्या काळात संपूर्ण देशात स्वातंत्र्य संग्रामाची आग भडकली होती. त्यावेळी गांधीजींनी सविनय कायदेभंगाचे आंदोलन सुरू केले होते ज्यामध्ये सहभागी होण्यासाठी सर्वजण अतूर झाले होते. त्यांचे अनुंकरण करणे आणि त्यांचे कार्य स्वीकारणे हाच जणू लोकांचा धर्म झाला होता. आंध्र विद्यापीठही या यज्ञापासून आपला बचाव करू शकले नाही. विद्यापीठातील अनेक विद्यार्थी आणि प्राध्यापकही यामध्ये सहभागी झाले होते. अशा परिस्थितीमध्ये सरकारविरोधी कारवायामध्ये सहभागी झालेल्या विद्यार्थी आणि प्राध्यापकांवर अंकुश ठेवण्याची जबाबदारी श्री रेड्डी यांच्यावर आली होती. श्री रेड्डी विवश होते. ते स्वतः गांधीजींच्या आज्ञेचे उल्लंघन करू शकत नव्हते. यामुळे त्यांनी विद्यापीठाचा सर्व कारभार राधाकृष्णन यांच्यावर सोपवून लंडनला परत जाण्याचा निश्चय केला. त्यांनी याबद्दल राधाकृष्णन यांच्याशीही चर्चा केली. राधाकृष्णन यांनी ही जबाबदारी सांभाळण्यासाठी असमर्थता व्यक्त केली. श्री रेड्डी यांना तिथेच थांबण्याचा आग्रह केला. रेड्डी मात्र आपल्या निर्णयावर ठाम राहिले. त्यामुळे शेवटी विवश होऊन राधाकृष्णन यांना त्यांचे म्हणणे मान्य करावे लागले.

दुसऱ्या दिवशी श्री रेड्डी यांनी आपला राजिनामा दिला. त्यानंतर राधाकृष्णन यांनी कुलगुरूपदाची निवडणूक लढविली. त्यांच्या विरोधात वेंकटरमण नायडू उभे होते. ते एक थोर विद्वान होते, पण राधाकृष्णन यांनी त्यांना पराभूत करून कुलगुरूपद मिळविले. इ.स. १९३१च्या मे महिन्यात राधाकृष्णन यांनी आंध्र विद्यापीठाच्या कुलगुरूपदाचा भार स्वीकारला. ते या पदावर पाच वर्षासाठी नियुक्त झाले होते. अशा प्रकारे श्री राधाकृष्णन यांना कुलगुरू बनवून रेड्डी लंडनला परत गेले.

**विद्यापीठाचा कायाकल्प**

राधाकृष्णन यांनी आपल्या पदाची प्रतिष्ठा तसेच विद्यार्थी आणि प्राध्यापकांचे हीत तसेच त्यांच्या गरजा लक्षात घेऊन अतिशय थोड्या काळात विद्यापीठाचे स्वरुप बदलून टाकले. त्यांनी विद्यार्थी हॉस्टेल, प्रयोगशाळा, वाचनालय, ग्रंथालय तसेच आवश्यक वर्ग खोल्यांची निर्मिती केली. खूप कमी वेळात इतका मोठा बदल करून घेतल्यामुळे सर्वत्र त्यांचे कौतुक होऊ लागले होते.

वरील सर्व बदलांशिवाय राधाकृष्णन यांनी इतर क्षेत्राशी संबंधित विद्वानांनाही आपल्या विद्यापीठामध्ये शिक्षण देण्यासाठी आमंत्रित केले. त्यांनी मद्रासमधील प्रसिद्ध अर्ततज्ज्ञ जॉन मठ्ठई यांना निमंत्रित करून त्यांच्यावर अर्थशास्त्र विभागाची जबाबदारी

सोपविली. राजकारण विभागासाठी श्री कृष्ण मेनन यांना बोलावले. अर्थशास्त्रावरील व्याख्यानासाठी क्रेम्ब्रिज विद्यापीठामध्ये नियुक्त असलेल्या व्ही.के.आर.व्ही. राव यांना आमंत्रित केले.

राधाकृष्णन यांची प्रसिद्धी देशातच नाही तर परदेशातही पोहचली होती. अंतरराष्ट्रीय ओळखीमुळे त्यांचा चांगला दबदबा निर्माण झाला होता. ब्रिटिश सरकारही त्यांच्या कामात हस्तक्षेप करायच्या आधी पूर्ण विचार करीत असे. त्यामुळे राधाकृष्णनही आपल्या पदाचा सदुपयोग करणे टाळीत नव्हते.

आंध्र विद्यापीठामध्ये भौतिक आणि रसायनशास्त्राचा कोणताही विभाग नव्हता. राधाकृष्णन यांना ही उणीव अनेक वर्षांपासून जाचत होती. त्यांना लवकरात लवकर हे काम पूर्ण करायचे होते, पण त्यासाठी त्यांना योग्य व्यक्तीची आवश्यकता होती. अशा परिस्थितीमध्ये त्यांची नजर वारंवार भौतिक शास्त्रातील विद्वार सी. व्ही. रमण यांच्यावर खिळत होती. त्यांनी सी.व्ही. रमण यांना विद्यापीठामध्ये शिकविण्यासाठी आमंत्रित केले. ते त्यांनी आनंदाने स्वीकारले.

सी.व्ही. रमण यांच्या सहकार्याने राधाकृष्णन यांनी लवकरच आंध्र विद्यापीठामध्ये भौतिक आणि रसायन शास्त्राचा विभाग सुरू केला. या कामासाठी सरकारनेही त्यांना पूर्ण सहकार्य केले. याशिवाय देशातील बहुतेक सर्व विद्वान त्यांच्यासोबत खांद्याला खांदा लाऊन काम करण्यासाठी तयार होते.

कुलगुरू म्हणून राधाकृष्णन यांनी आपल्या जीवनातील अतिशय महत्त्वाची पाच वर्षे आंध्र विद्यापीठाला दिली. या पाच वर्षांत त्यांनी अथक परिश्रम करून आणि प्रयत्नाने या विद्यापीठाचा समावेश देशातील सर्वोत्तम विद्यापीठांमध्ये केला. आता त्यांना या पदापासून सुटका हवी होती. त्यामुळे आपला कार्यकाळ पूर्ण झाल्यावर त्यांनी पुन्हा निवडणूक लढवायला नकार दिला आणि कलकत्त्याला परत आले.

## ऑक्सफर्डमध्ये नियुक्ती

राधाकृष्णन यांना कोलकत्ता विद्यापीठामध्ये आणि ऑक्सफर्ड विद्यापीठामध्ये शिकविण्याचे निमंत्रण मिळाले होते. ही दोन्हीही निमंत्रणे ते नाकारू शकत नव्हते. त्यामुळे त्यांना या दोन्ही विद्यापीठांमध्ये सहा सहा महिने काम करण्याचा निश्चय केला. आतापर्यंत राधाकृष्णन यांचा मुलगा गोपालही मोठा झाला होता. त्याच्या शिक्षणाची

सर्व व्यवस्था करणेही आवश्यक झाले होते. त्यामुळे इ.स. १९३६ मध्ये ते पुत्रासह ऑक्सफर्डला पोहचले. ऑक्सफर्डमध्ये त्यांचे हे पहिलेच आगमन होते. त्यांनी जवळच्याच एका विद्यालयामध्ये मुलाच्या शिक्षणाची सोय केली.

राधाकृष्णन यांना पाच वर्षांसाठी ऑक्सफर्ड विद्यापीठामध्ये नियुक्त करण्यात आले होते, पण नंतर हा कालावधी दहा वर्षे करण्यात आला. काही काळ राधाकृष्णन तिथे एकटे राहिले. त्यानंतर त्यांनी आपली पत्नी आणि मुलींनाही तिकडे बोलावले. काही काळ त्यांच्यासोबत राहिल्या नंतर त्या पुन्हा स्वदेशी परत आल्या.

आता राधाकृष्णन यांच्याकडील ज्ञानाच्या भांडारासोबत त्यांचे वयही वाढत चालले होते. स्वातंत्र्य संग्रामातील आपल्या योगदानाबद्दल त्यांचे मन आता व्यथित होऊ लागले होते. त्यांनी आपल्या ओजस्वी व्याख्यानातून स्वातंत्र्य संग्रामात सहभागी होण्यासाठी लोकांना प्रेरित करण्याचा निश्चय केला. तसेच आपल्या लेखनांच्या माध्यमातूनही ते लोकांना आणि सरकारला सचेत करीत होते.

**दक्षिण अफ्रिकेचा प्रवास**

गेल्या काही काळापासून राधाकृष्णन यांना दक्षिण अफ्रिकेमध्ये आमंत्रित केले जात होते. दुसरे महायुद्ध सुरू झाल्यामुळे भविष्यातील शक्यता लक्षात घेऊन त्यांनी आपल्या पदाचा राजिनामा दिला आणि ते दक्षिण अफ्रिकेला गेले.

तिथे धर्मावर अनेक व्याख्याने देऊन त्यांनी इंग्रजाच्या वर्णभेदाच्या धोरणावर उघडपणे टीका केली. तसेच आपल्या व्याख्यानामधून त्यांनी गांधीजींनी दक्षिण अफ्रिकेमध्ये केलेल्या कार्याची उजळणी केली. त्यांचा संदेश अमलात आणण्यासाठी लोकांना विनंती केली. त्यानंतर अफ्रिकन जनतेवर आपला अमीट ठसा उमटवून ते स्वदेशी परत आले.

अशा प्रकारे एक शिक्षक, तत्त्वज्ञ, विचारवंत आणि थोर विद्वान म्हणून राधाकृष्णन यांना दक्षिण अफ्रिकेत प्रसिद्धी मिळविली.

## प्रकरण ६

# काशी हिंदु विद्यापीठाचा उत्कर्ष

दक्षिण अफ्रिकेतून परत आल्यावर पुन्हा राधाकृष्णन कलकत्ता विद्यापीठामध्ये सक्रिय स्वरुपात काम करू लागले. आतापर्यंत ते अंतरराष्ट्रीय स्तरावर लोकप्रियता असलेले व्यक्ती झाले होते. थोर विचारवंत, तत्त्वज्ञ आणि बुद्धिजीवी म्हणून जगाच्या काना कोपऱ्यात त्यांची ओळख निर्माण झाली होती. त्यांच्या विराट व्यक्तिमत्त्वासमोर समस्त विद्वान नतमस्तक होते.

इ.स. १९१६ मध्ये थोर राष्ट्रसेवक आणि शिक्षक पंडित मदनमोहन मालवीय यांनी बनारसमध्ये काशी हिंदु विद्यापीठाची स्थापना केली होती. ते अनेक वर्षांपासून राधाकृष्णन यांना आपल्या विद्यापीठामध्ये शिकविण्यासाठी बोलावण्याची इच्छा बाळगून होते. या संदर्भात त्यांनी गांधीजींशी विचार विनिमय करून त्यांना निमंत्रित करण्याची इच्छा व्यक्त केली होती. गांधीजींना स्वतःही अशा थोर बुद्धिजीवी व्यक्तीला भेटण्याची इच्छा होती. त्यामुळे यासाठी ते आनंदाने तयार झाले. त्यांनी त्याच वेळी एक सविस्तार पत्र लिहून राधाकृष्णन यांना काशी हिंदु विद्यापीठाचे कुलुगरूपद सांभाळण्यासाठी निमंत्रित केले.

खरं तर राधाकृष्णन याचा कलकत्ता विद्यापीठाशी खूप आपलेपणा निर्माण झाला होता आणि त्यांना त्यापासून दूर जायचे नव्हते; पण दुसऱ्या बाजूला ते गांधीजींचे निमंत्रणही नाकरू शकत नव्हते. शेवटी त्यांनी एक मधला मार्ग काढला. सहा सहा महिन्याचा कालावधी नक्की करून दोन्ही ठिकाणी ते काम करू लागले.

काशी हिंदु विद्यापीठ त्या काळी अनेक अडचणींमधून जात होते. त्यामध्ये आर्थिक अडचण प्रमुख होती. त्याच्यावर कर्जही झाले होते आणि त्याची परतफेड करण्यासाठी मालवीयजी पूर्णपणे असमर्थ होते. अशा वेळी काही उपयुक्त मार्ग न सापडल्यामुळे त्यांनी राधाकृष्णन यांच्याशी या विषयी चर्चा केली. तेव्हा राधाकृष्णन यांनी त्यांना विद्यापीठातील इतर समस्यांशी ओळख करून दिली. त्यांना काही महत्त्वाचे सल्लेही दिले. त्यामध्ये मुलींसाठी वैदिक शिक्षणाची सोय करणे, तसेच विद्यापीठाच्या कार्यपद्धतीत बदल करणे प्रमुख होते. तसेच त्यांनी आपल्या पद्धतीने काम करण्याची परवानगी मागितली. मालवीयजींनी त्यांना आनंदाने परवानगी दिली. त्यानंतर त्यांनी आपल्या सेवेसाठी वेतन घेणे बंद केले. विद्यापीठाच्या गरजा पूर्ण करण्यासाठी त्यांनी इतरही अनेक खर्चांमध्ये कपात केली.

राधाकृष्णन काशी हिंदु विद्यापीठाचे कुलगुरू झाल्याची बातमी सर्वत्र पसरली होती. इतका थोर विद्वान काशी विद्यापीठामध्ये आल्यामुळे सर्वांचे लक्ष त्याकडे आकर्षित झाले आणि पाहता पाहता अनेक लोक आर्थिक मदत करण्यासाठी पुढे आले. राधाकृष्णन यांनी आपल्या तीव्र हुशारीचा उपयोग करून काशी हिंदु विद्यापीठाला सर्व अडचणीमधून बाहेर काढले. आर्थिक तंगी संपली होती आणि सर्व प्रकारच्या कर्जापासून सुटका झाली होती. शिक्षणाच्या क्षेत्रातही तिथे नावीन्याचा समावेश झाला होता.

अशा प्रकारे राधाकृष्णन यांनी आपल्या संपूर्ण अनुभवाचा वापर करीत काशी हिंदु विद्यापीठाला सर्वोच्च स्थानावर आणून पोहचविले.

## प्रकरण ७

# राष्ट्रीय आंदोलन आणि राधाकृष्णन

राधाकृष्णन शिकविण्याबरोबरच देशाची राजकीय परिस्थिती आणि भारतीय स्वातंत्र्यासाठी होणाऱ्या सर्व हालचालीवरही लक्ष ठेवून होते. त्यांनाही आपल्या देशासाठी काही तरी करायचे होते, पण कौटुंबिक जबाबदाऱ्यांच्या ओझ्यामुळे ते काहीही करू शकत नव्हते. कुटुंबाचा सर्व आर्थिक भार पेलणारे ते कुटुंबातील एकमेव सदस्य होते. त्यामध्ये त्यांच्या कुटुंबासह भावंडे आणि आई वडिलांचाही समावेश होता. ते यापैकी कोणाकडेही दुर्लक्ष करू शकत नव्हते.

गांधीजी, मदनमोहन मालवीय, गोपालकृष्ण गोखले, सुभाषचंद्र बोस, रासबिहारी यासारख्या तत्कालिन स्वातंत्र्य सेनापतीमुळे राधाकृष्णन खूपच प्रभावित झाले होते. त्यांचे कार्य त्यांना मनापासून आकर्षित करीत होते. तरीही अतिशय कठीणपणे ते स्वतःला सावरीत होते. बाळ गंगाधर टिळकांची विद्वता आणि भगवदगीतेवरील त्यांच्या कार्याने राधाकृष्णन यांना त्यांच्याकडे आकर्षित केले होते. याच कारणामुळे त्यांनी टिळकांसोबत पत्रव्यवहार करून विचारांची देवाण-घेवाण केली. टिळकांनीही त्यांच्याबद्दल खूप काही ऐकले होते. राधाकृष्णन यांची तत्त्वज्ञविषयक विचारधारा त्यांच्याशी पुष्कळ अंशी मिळती जुळती होती. त्यांनी स्वतःही भारतीय तत्त्वज्ञानासारख्या ग्रंथाचा सखोल अभ्यास केला होता. तसेच स्वातंत्र्य संग्रामात ते हिरिरीने सहभागी झाले होते. त्यांनी राधाकृष्णन यांनाही त्यासाठी प्रेरित केले.

राधाकृष्णन यांनी आपल्या लेखनीचा आधार घेऊन लोकांमध्ये जागृती निर्माण केली. इतकेच नाही तर विलायतेतही त्यांनी आपल्या लेखनीची जादू अशा काही प्रकारे चालवली की चहु बाजूने भारतीय समाज आणि तत्त्वज्ञान याकडे पाहण्याचा लोकांचा दृष्टिकोन बदलत होता. अर्थात त्यांनी स्वतः कधीही राष्ट्रीय सामाजिक आंदोलने, सभा- मिरवणुका यामध्ये सहभाग घेतला नव्हता, पण आपल्या लेखनीच्या माध्यमातून ते लोकांना या आंदोलनाच्या सत्याचे तत्वज्ञान सांगत होते.

**गीतांजलीचा सार**

रवींद्रनाथ टागोर जगातील प्रसिद्ध साहित्यिक, कवी आणि समाजसेवकांपैकी एक राहिले आहेत. ते कलकत्त्यामध्येच राहत होते. रवींद्रनाथ टागोर यांना एक साहित्यिक आणि लेखक-कवी म्हणून मान्यता त्यांचा काव्यसंग्रह गीतांजली चा इंग्रजी अनुवाद 'साँग ऑफ रिग्ज' ने मिळवून दिली. या पुस्तकाची प्रसिद्धी इतक्या वेगाने झाली की इ.स. १९१३ च्या नोव्हेंबर महिन्यात त्यांना साहित्यातील नोबेल पुरस्काराने सन्मानित करण्यात आले. हा पुरस्कार मिळाल्यामुळे ते जगभर प्रसिद्ध तर झालेच, पण नोबेल पुरस्कार मिळविणारे ते पहिले भारतीयही ठरले. भारतासाठीही हा एक दुर्मिळ सन्मान होता. या सन्मानानंतर ते भारतात सर्वांचे सन्माननीय व्यक्ती ठरले.

साहित्य प्रेमी राधाकृष्णन यांनी टागोर यांच्या साहित्याचा सखोल अभ्यास केला होता. त्यांचे विचार आणि लेखन यामुळे खूप प्रभावित झाले होते. तसेच त्यांच्या तत्त्वज्ञ विषयक विचारांचे अनुकरण करीत होते. रवींद्रनाथ यांच्यापेक्षा श्रेष्ठ भारतात दुसरा कोणीही तत्त्वज्ञानाचा ज्ञाता नाही, असे त्यांचे स्पष्ट मत होते.

रवींद्रनाथ नोबेल पुरस्कार मिळविणारे पहिले भारतीय असण्याबरोबरच या पुरस्काराने सन्मानित होणारे पहिले अशियायी व्यक्तीही होते. पाश्चात्या विद्वान असताना एखाद्या अशियायी व्यक्तीला अशा पुरस्कार कसा काय मिळू शकतो? ही गोष्ट पाश्चात्या विद्वानाच्या पचनी पडत नव्हती. त्यामुळे निराश होऊन त्यांनी रवींद्रनाथ यांना नोबेलसाठी अयोग्य समजले. राधाकृष्णन यांना ही गोष्ट कळल्यावर ते आपली लेखनी घेऊन त्यांच्या समर्थनार्थ लेखन करायला सुरूवात केली. भारतीय तत्त्वज्ञानाच्या बाबतीत त्यांनी या आधीच पाश्चात्य विद्वानांची तोंडे बंद केली होतीी. यावेळी पुन्हा पाश्चात्य विद्वानांनी भारतीय तत्त्वज्ञानाला आव्हान देण्याचे दुःसाहस केले होते.

राधाकृष्णन यांनी टागोर यांचे साहित्य आणि तत्त्वज्ञानाच्या संबंधात आपले लेख वृत्तपत्रातून प्रकाशित केले, जे नंतर ब्रिटनमधील वृत्तपत्रात प्रकाशित झाले. त्यांनी आपल्या लेखांमधून हे सिद्ध केले की, गीतांजलीमध्ये टागोरांनी कशा प्रकारे आत्म्याच्या स्वच्छंदतेतून परमेश्वर प्राप्तीचा मार्ग सांगितला आहे तसेच त्यांनी भौतिकवादाच्या मायाजालापासून स्वतःला क़से वाचवावे, याबद्दल मानवी समाजाला केलेला उपदेश आपल्या लेखांमधून मांडला. भारतीय तत्त्वज्ञान माणसाला त्याच्या अंतदृष्टीने परमेश्वराचे दर्शन घडवून आणीत, माणसाने आपल्या अंतर्मनाची चेतना विकसित करायला हवी असेच सांगतो. कारण हीच चेतना शेवटी सर्व शक्तिमान परमेश्वरामध्ये विलिन होत असते, हेच भारतीय तत्त्वज्ञानाचे वैशिष्ट्ये आहे. हिंदु तत्वज्ञान आत्म्याच्या अमरत्त्वाची व्याख्या करते आणि जगातील सर्व प्राण्यांमध्ये परमेश्वर व्याप्त असल्याचे सांगतो. याच कारणामुळे हा समज माणसाला माणसाशी जोडतो. भारतीय तत्त्वज्ञानाचा स्वीकार केल्यावर परस्परांशी जोडणारी हीच भावना माणसांमध्ये बंधु भाव आणि एक दुसऱ्यांना भेटण्याची भावना विकसित करते. याचा परिणाम म्हणून परस्परात तिरस्कार आणि द्वेषाची भावना निर्माण होत नाही. माणसाने आपले अज्ञान ओळखले आणि त्याने आपल्या मनात असलेली स्वार्थी भावना काढून टाकली तर तो परमेश्वराला प्राप्त करू शकतो. उलट माणूस मात्र या सर्वांमध्ये लिप्त होऊन भौतिक सुख सुविधांच्या मागे लागतो आणि हळूहळू तिच इच्छा वाढत जाते. अशा प्रकारे पाश्चात्य देश साम्राज्यवादी होऊन इतर देशांना आपल्या आधीन करण्याची इच्छा बाळगतात. याच लालसेपोटी पहिले महायुद्ध झाले. जर पाश्चात्य देशांनी भारतीय तत्त्वज्ञानाची सत्त्यता आणि महानता समजून तिचा स्वीकार केला असता तर अशा प्रकारची भीतीदायक स्थिती निर्माण झाली नसती. तसेच संपूर्ण जगात शांतता प्रस्थापित झाली असती.

अशा प्रकारे राधाकृष्णन यांनी आपले हे विचार लेखांच्या माध्यमातून सामान्य लोकांपर्यंत पोहचविले. भारतीय तत्त्वज्ञानाच्या जोडीने त्यांनी रवींद्रनाथ टागोर यांनाही भरपूर मदत केली.

### 'इंडियन फिलॉसॉफिकल कॉंग्रेस'ची स्थापना

अनेक वर्षांपासून राधाकृष्णन यांच्या मनात एक तत्त्वज्ञानविषयक संस्था स्थापन करण्याची इच्छा होती. आता त्या इच्छेला मूर्त स्वरूप देण्याची वेळ आली होती. इ.स. १९२५ मध्ये त्यांनी 'इंडियन फिलॉसॉफिकल कॉंग्रेस' नावाच्या एका संस्थेची स्थापना

केली. त्यामध्ये प्रसिद्ध तत्त्वज्ञांचा समावेश करण्यात आला. संस्थेचा उद्देश होता, 'भारतीय विद्वानांना एका मंचावर एकत्रित करणे.' त्यांनी या संस्थेचे अध्यक्षपद रवींद्रनाथ टागोर यांच्याकडे सोपविले. स्वतः संस्थेचे संस्थापक झाले. या संस्थेचे पहिले अधिवेशन डिसेंबर १९२५ मध्ये कोलकत्त्यात झाले.

राधाकृष्णन यांच्या अथक प्रयत्नानंतर देशातील थोर तत्त्वज्ञ या संस्थेशी जोडले गेले आणि पाहता पाहता ती जगभरात प्रसिद्ध झाली. अनेक ठिकाणी तिच्या शाखा सुरू झाल्या. राधाकृष्णन यांनी टागोर यांच्यासोबत मिळून या संस्थेचे कार्य सामान्य लोकांपर्यंत पोहचिवले.

## स्वातंत्र्य संग्रामात योगदान

इ.स. १९३१ पर्यंत स्वातंत्र्य संग्रामाची आग संपूर्ण देशात भडकली होती. सर्वत्र भारताच्या स्वातंत्र्याची मागणी जोर धरीत होती. राधाकृष्णन त्यावेळी आंध्र विद्यापीठामध्ये होते आणि राष्ट्रीय आंदोलनाच्या या भडकलेल्या आगीपासून तेही आपला बचाव करू शकले नाहीत. त्यांना या आंदोलनाची संपूर्ण माहिती होती, पण ते उघडपणे काही करू शकण्यास असमर्थ होते. त्यामुळे ते गुप्त स्वरुपात आपले काम करीत होते.

आंध्र विद्यापीठामध्ये रवींद्रनाथ टागोर यांनी राधाकृष्णन यांची भेट घेतली. त्यांच्याशी स्वातंत्र्य आणि राष्ट्रीय आंदोलन या विषयी सविस्तार चर्चा केली. त्याचबरोबर त्यांनी विद्यार्थ्यांच्या मनात देशप्रेमाची भावना जागृत करून त्यांनी राष्ट्रीय आंदोलनात हिरीरिने सहभागी व्हावे यासाठी त्यांना प्रेरित केले. अर्थात राधाकृष्णन यांना उघडपणे कार्य करायचे नव्हते, पण रवींद्रनाथ टागोरांच्या म्हणण्याचा आदर करीत त्यांनी हे कार्य आपल्या पद्धतीने करण्याचा निश्चय केला. रवींद्रनाथ यांनी त्यासाठी आनंदाने स्वीकृती दिली.

राधाकृष्णन कधीही कोणत्याही व्यासपीठावर किंवा कॉंग्रेसच्या सभेत जाऊन भाषण करीत नसत. तसेच एखाद्या मिरवणुकीत सहभागी होत नसत. त्यांनी आपल्या पद्धतीने विद्यार्थ्यांच्या मनातील ज्वाला देशाच्या आंदोलनाशी जोडण्याचे कार्य केले. त्याचबरोबर त्यांनी इंग्रज सरकारची क्रुरता आणि स्वातंत्र्य सैनिकावर होणाऱ्या अत्याचाराचे वास्तव स्वरूप विद्यार्थ्यांसमोर मांडले. त्यामुळे त्यांच्या मनात स्वातंत्र्य मिळविण्यासाठी उत्साह निर्माण होईल आणि ते गांधीजींसोबत पुढे जाऊ शकतील. त्यांच्या या कार्याचा इतका ख़ोलवर परिणाम झाला की विद्यार्थ्यांच्या मनामध्ये स्वातंत्र्य संग्रामात स्वतःची आहुती

देण्याची भावना जागृत झाली. ते राष्ट्रभक्तीने ओतप्रोत होऊन स्वतःला देशासाठी बलिदान करायला तयार झाले.

इतक्या मोठ्या प्रमाणात विद्यार्थी वर्ग स्वातंत्र्य आंदोलनात सहभागी होईल, अशी कोणीही कल्पना केली नव्हती. राधाकृष्णन यांचे हे महत्त्वपूर्ण कार्य पाहून गांधीजीही आनंदीत झाले आणि त्यांनी त्यांच्या या कार्याचे मनापासून कौतुक केले.

हळूहळू राधाकृष्णन यांचा उत्साह वाढत गेला. जिथे कुठे त्यांना व्याख्यांनासाठी आमंत्रित केले जात असे, तिथे ते विद्यार्थ्यांमध्ये उत्साह निर्माण करण्याचे कार्य करीत असत. या बाबतीत ते नेहमी म्हणत असत, "तुमचा उत्साह आणि स्वातंत्र्य मिळविण्याची इच्छा पाहून मला नजिकच्या भविष्यात भारताचे स्वातंत्र्य दिसत आहे. आता हे स्वातंत्र्य ब्रिटिश सरकार तर काय, पण जगातील कोणतीही शक्ती अडवू शकत नाही. आणि हे सर्व कोणा एकामुळे नाही तर आपण सर्व, तुम्हा सर्व विद्यार्थ्यांच्या सहकार्याने शक्य झाले आहे. आपण लवकरच स्वातंत्र्याच्या मोकळया हवेत श्वास घेऊ."

राधाकृष्णन यांचे अशा प्रकारचे भाषण वृत्तपत्रवाले ठळकपणे प्रकाशित करीत असत. ही बातमी ब्रिटिश सरकारच्या कानावरही पोहचली, पण त्यांच्या प्रतिक्रियेचा राधाकृष्णन यांच्यावर काहीही परिणाम झाला नाही. ते जिथे जातील तिथे लोकांना राष्ट्रीय आंदोलनात सहभागी होण्यासाठी प्रेरित करीत असत.

इ.स. १९४२ मध्ये गांधीजींनी 'भारत छोडो' आंदोलन सुरू केले. त्यावेळी राधाकृष्णन काशी हिंदु विद्यापीठामध्ये कुलगुरू होते. या विद्यापीठातही आंदोलनाशी संबंधित हालचाली जोर धरीत होत्या. ब्रिटिश सरकारची विद्यापीठातील हालचालीवर करडी नजर होती. त्यांनी तिथे सैन्य नियुक्त केले होते. सैनिक मनमानी करू लागले. विद्यापीठाचे नियम तोडणे हे त्यांचे कामच झाले होते. राधाकृष्णन यांनी मात्र जराही विचलित न होता, धैर्य आणि संयमाने त्यांची मनमानी संपवून टाकली.

### आनुदान आयोगाचे अध्यक्ष

दुसरे महायुद्ध सुरू झाले होते. सर्व देश युद्धाच्या आगीत भरडले जात होते. कसे तरी दुसरे महायुद्ध समाप्त झाले. भारताचे स्वातंत्र्य आंदोलन आता आपल्या शिखरावर जाऊन पोहचले होते. आता ते अंतिम टप्प्यात आले होते. सर्व भारतीय लोक ब्रिटिश

सरकारच्या विरूद्ध एकत्र झाले होते. अशा परिस्थितीमध्ये ब्रिटिश सरकारपुढे भारतीयांचे म्हणणे मान्य करण्याशिवाय दुसरा कोणताही पर्याय शिल्लक नव्हता. त्यामुळे त्यांनी भारताला स्वातंत्र्य देण्याची घोषणा केली. 'फोडा आणि झोडा' ही त्यांची कुटील नीती जाता जाताही आपले काम करून गेली. त्यांनी परत जाण्यापूर्वी देशाची दोन भागात फाळणी केली. त्याच्याबरोबरीने आमचेही विभाजन झाले. म्हणजेच हिंदु आणि मुसलमान वेगळे झाले. जिथे हिंदु आणि मुसलमान एकत्र राहत होते, तिथे ते ब्रिटिश धोरणामुळे विभक्त झाले. शेवटी १५ ऑगस्ट १९४७ रोजी देश स्वातंत्र्य झाला. गांधीजींसह राधाकृष्णन यांना देशाच्या फाळणीमुळे अतिशय दुःख झाले.

स्वातंत्र्य मिळाल्यावर पंडित जवाहरलाल नेहरू देशाचे पहिले पंतप्रधान झाले. शिक्षण मंत्री म्हणून अबुल कलाम आझाद यांच्यावर जबाबदारी सोपविण्यात आली. त्यानंतर भारतामध्ये उच्च शिक्षणाची व्यवस्था करण्यासाठी एक आयोग स्थापन करण्यात आला. या आयोगाची जबाबदारी एखाद्या योग्य व्यक्तीवर सोपविणे आवश्यक होते. जेव्हा या नावासाठी शोध सुरू झाला तेव्हा सर्वांच्या नजरा डॉ. सर्वपल्ली राधाकृष्णन यांच्यावर येऊन थांबल्या. शिक्षणाची नवीन व्यवस्था करण्यासाठी त्यांना आयोगाचे अध्यक्ष करण्यात आले. राधाकृष्णन यांनी या क्षेत्रात अभूतपूर्व कार्य केले. त्यानंतर 'विद्यापीठ आनुदान आयोग' स्थापन करण्यात आला.

राधाकृष्णन यांनी या पदाचा सदुपयोग करीत भारतातील शिक्षणाचा दर्जा सुधारण्यासाठी प्रयत्न केले. त्यांनी विद्यार्थ्यांसाठी मुलभूत सुविधा उपलब्ध करून दिल्या. मुलींसाठी शिक्षणाची पुरेशी व्यवस्था केली. ठिकठिकाणी शिक्षण समेंलनाचे आयोजन केले. त्यामुळे लोकांच्या मनात शिक्षण विषयक जागृती निर्माण झाली. भारतामध्ये उच्च शिक्षणासाठी नवी नवीन व्यवस्था लागू करण्याचे श्रेय डॉ. सर्वपल्ली राधाकृष्णन यांनाच जाते.

# प्रकरण ८

# सोव्हियत संघातील पहिले राजदूत

राधाकृष्णन पूर्ण निष्ठेने विद्यापीठ आनुदान आयोगाचे कार्य व्यवस्थितपणे लागू करण्यासाठी प्रयत्नशील होते. त्यांनी यामध्ये सफलताही मिळविली होती. सर्वत्र त्यांच्या या कामाचे कौतुक होत होते. याच दरम्यान अंतरराष्ट्रीय मुद्दे उपस्थित झाले आणि अंतरराष्ट्रीय संबंध सुधारण्याच्या चर्चा होऊ लागल्या.

कोणत्याही स्वतंत्र देशासाठी परदेश धोरण आवश्यक समजले जाते. त्यानुसारच ते दुसऱ्या देशांशी मैत्रीचे संबंध स्थापन करतात. परदेश धोरण योग्य प्रकारे प्रगतीशील करण्यासाठी विविध देशांमध्ये राजदूत नियुक्त केले जातात. स्वातंत्र्यानंतर भारतानेही परदेश धोरण ठरविले. आता ते लागू करण्यासाठी विविध देशांत राजदूतांची नियुक्ती करणेही आवश्यक झाले होते.

त्या काळात संपूर्ण जग दोन गटांमध्ये विभागले होते. एका गटाचे प्रतिनिधीत्त्व अमेरिका करीत होती, तर दुसऱ्या गटाचे नेतृत्त्व सोव्हियत संघाकडे होते. अमेरिकेच्या गटामध्ये विकसित आणि शोषक देशांचा समावेश होता, तर सोव्हियत संघाच्या गटात विकसनशील देश होते. अशा स्थितीमध्ये नव्याने स्वतंत्र झालेल्या भारतासाठी कोणत्याही गटात समाविष्ट व्हायचे हा काळजीचा विषय होता. आपल्या नव्या परदेश धोरणानुसार भारताला सर्वांशी मत्रीपूर्ण संबंध निर्माण करायचे होते. त्यासाठी त्याने गट निरपेक्ष धोरणाचा स्वीकार करीत कोणत्याही गटामध्ये सहभागी व्हायला नकार दिला. असे करून तो उर्वरित जगापासून वेगळा पडू शकत होता. त्यामुळे सोव्हियत संघाशी मैत्रिपूर्ण संबंध निर्माण करणे सर्वप्रथम कार्य झाले होते.

तत्कालिन पंतप्रधान पं. जवाहरलाल नेहरू यांना हे चांगल्या प्रकारे माहीत होते की, रशियासोबत मैत्रिपूर्ण संबंध निर्माण करण्यासाठी त्यांना अशा एका योग्य व्यक्तीची आवश्यकता होती, जो भारताच्या हितासाठी अतिशय समजूतदारपणे परिस्थितीला अनुकूल करू शकेल. त्यांच्या दृष्टीने राधाकृष्णन हेच असे एकमेव अंतरराष्ट्रीय प्रसिद्धी असलेले आणि सन्मानीय व्यक्ती होते, जे त्यांच्या अपेक्षा पूर्ण करू शकले असते. त्यांनी कशा प्रकारे पाश्चात्य विद्वानांना आणि तत्त्वज्ञांना आपल्या तर्कानेे पराभूत केले होते, हे नेहरूजींना चांगल्या प्रकारे माहीत होते. त्यांना राजदूत म्हणून सोव्हियत संघात पाठवून अंतरराष्ट्रीय पातळीवरील त्यांची प्रसिद्धी आणि सन्मान यांचा चांगल्या प्रकारे लाभ घेतला जाऊ शकतो.

शेवटी इ.स. १९४९ मध्ये नेहरूजींनी डॉ. राधाकृष्णन यांना भारतातील पहिला राजदूत नियुक्त केले आणि सोव्हियत संघाची राजधानी असलेल्या मॉस्कोला पाठविले

**हुकुमशहा आणि तत्त्वज्ञ**

त्यावेळी रशियामध्ये जगप्रसिद्ध हुकुमशहा मार्शल स्टॅलिनचा जोरदार प्रभाव होता. त्या हुकुमशाहाचे पूर्ण नाव जोसेफ स्टॅलिन होते. १९२२ मध्ये स्टॅलिन कम्युनिस्ट पार्टीचे महासचीव होते. १९२४ मध्ये लेनिनच्या मृत्यूनंतर स्टॅलिनने रशियाची सूत्रे आपल्या हातात घेतली. रशियन नेत्याला डॉ. राधाकृष्णन यांच्याबद्दल चांगल्या प्रकारे माहिती होती. तसेच त्यांना हेही माहीत होते की राधाकृष्णन यांनी आपल्या विद्वतेच्या बळावरच नाव आणि यश मिळविले आहे.

मॉस्कोला पोहचल्यावर राधाकृष्णन यांनी राजदुताची जबाबदारी योग्य प्रकारे सांभाळली. या दरम्यान त्यांनी वेळ मिळाल्यावर लेखन कार्यही सुरू केले. काही काळानंतर स्टॅलिन यांच्याशी त्यांची भेट नक्की ठरली. या दोघांमधली ही पहिलीच भेट होती. दोघेही वेगवेगळ्या विचारसरणीचे लोक होते. एका बाजूला आध्यात्मिकता आणि तत्त्वज्ञानाची मूर्ती होती तर दुसऱ्या बाजूला थोर हुकुमशहा होता.

त्या दरम्यान पं. नेहरू अमेरिकेत होते. स्टॅलिन यांचे अमेरिकेशी वैर होते. पाश्चात्य देश प्रामुख्याने युद्धावर विश्वास ठेवतात आणि त्यासाठी ते सदैव तत्पर असतात, असे त्यांचे म्हणणे होते. त्याचबरोबर स्टॅलिन यांना असेही वाटत होते की, एका बाजूला रशियामध्ये राजदूत पाठवून भारताने रशियासमोर मैत्रीचा प्रस्ताव ठेवला आहे. तर दुसऱ्या बाजूला भारताचे पंतप्रधान रशियाच्या शत्रू राष्ट्राचा दौरा करीत आहेत. ही

मुलाखत याच संदर्भात होती.

ठरलेल्या वेळी दोन्ही थोर व्यक्ती परस्परांना भेटल्या. भेटीच्या वेळी स्टॅलिन यांनी वरील मुद्दा काढला. संपूर्ण म्हणणे ऐकल्यावर राधाकृष्णन यांनी त्यांना युद्ध न करण्याचा सल्ला दिला. त्यांना समजावून सांगत म्हणाले की, ''तुम्ही त्याकडे लक्ष देऊ नका. तुम्ही कर्मशील आहात त्यामुळे तुम्ही आपल्या देशाचा विकास पहा. दुसऱ्या देशांसोबत युद्ध करण्यासाठी पुढाकार घेऊ नका.'' त्याच बरोबर त्यांनी स्टॅलिनला सम्राट अशोकाचे उदाहरण दिले की त्याने कशा प्रकारे भारतात अनेक युद्धे जिंकली, पण कलिंगच्या रक्तपाताने त्याचे हृदय परिवर्तन केले आणि त्यांनी युद्ध न करण्याची प्रतिज्ञा घेतली.

रशियन हुकुमशहा स्टॅलिनला राधाकृष्णन यांच्या आध्यात्मिक गोष्टी कशा काय कळतील? पण तरीही त्याचा काही ना काही परिणाम नक्कीच झाला.

हळूहळू राधाकृष्णन आपल्या कार्यात प्रगती करीत होते. वास्तविक पाहता रशिया आणि भारतादरम्यान चांगले संबंध निर्माण करण्यामागे त्यांचे योगदान अतिशय महत्त्वाचे राहिले आहे. पं. जवाहरलाल नेहरू यांनी जी जबाबदारी पार पाडण्यासाठई डॉ. राधाकृष्णन यांना रशियाला पाठविले होते, त्यामध्ये ते अक्षरशः यशस्वी झाले होते.

इ.स. १९५२ पर्यंत राधाकृष्णन सोव्हियत संघात भारताचे राजदूत राहिले.

# प्रकरण ९

# उपराष्ट्रपती आणि राष्ट्रपती

**पहिले उपराष्ट्रपती**

इ.स. १९५२ मध्ये संविधान निर्मिती झाल्यावर भारतात पहिल्यांदा सार्वत्रिक निवडणूक झाली. तोपर्यंत नेहरूंनी राधाकृष्णन यांना सोव्हियत संघातून परत बोलावले होते. निवडणुकीनंतर डॉ. राधाकृष्णन यांना बिनविरोध आणि सर्व समंतीने भारताचे पहिले उपराष्ट्रपती निवडण्यात आले. डॉ. राजेंद्र प्रसाद भारताचे पहिले राष्ट्रपती झाले होते. उपराष्ट्रपतीपदाबरोबरच राधाकृष्णन यांच्यावर विद्यापीठांच्या कुलपतीचा कार्यभार सोपविण्यात आला. तसेच त्यांना साहित्य अकादमीचे उपाध्यक्षही करण्यात आले.

उपराष्ट्रपती राज्यसभेचे अध्यक्षही असतात तसेच ते राजकारणामध्ये थेट हस्तक्षेप करू शकतात. अर्थात राधाकृष्णन यांनी कधीही कोणत्याही निवडणुकीत सहभाग घेतला नाही. फक्त परिस्थिती निर्माण होत राहिली आणि त्यांना ही सर्व पदे मिळत गेली. राज्यसभेचे अध्यक्ष असल्यामुळे राजकारणाशी त्यांचा परिचय झाला आणि ते प्रभावीपणे राजकीय भाषणे करू लागले. एका शिक्षकाची आणि विचारवंताची राजकीय भाषणेही इतकी प्रभावी असत की ती लोकांच्या मनावर थेट प्रभाव करीत असत.

हा काळ स्वतंत्र भारताचा पाया घालण्याचा होता. पहिली सार्वत्रिक निवडणूक झाल्यानंतर मंत्रिमंडळ स्थापन करण्यात आले. अनेक आव्हाने आणि समस्या डोके वर काढीत होत्या. देशाच्या विकासासाठी आणि प्रगतीसाठी कार्य करायचे होते.

उपराष्ट्रपतीपदावर राहून डॉ. राधाकृष्णन यांनी अनेक महत्त्वाची कामे केली. शिक्षणाची दर्जा सुधारण्यासाठी त्यांनी अनेक महाविद्यालयांची स्थापना केली. विद्यापीठांमध्ये उच्च शिक्षणाशी संबंधित अभ्यासक्रम सुरू केले. तसेच राजकारणामध्ये सक्रिय राहून ते काश्मिरला गेले. तेथील उलथा पालथ शांत केली. पंतप्रधान पंडित जवाहरलाल नेहरू यांना अनेक कामात मदत केली. याशिवाय मंत्रिमंडळातील मानसिक दुरावा दूर करून आपसात ताळमेळ निर्माण केला. नेहरूजींना जेव्हा केव्हा एखाद्या समस्येचा सामना करावा लागत असे, तेव्हा ते राधाकृष्णन यांची मदत घेत आणि आपल्या अनुभवाने मग ते ती समस्या सोडवित.

इ.स. १९५४ मध्ये डॉ. राधाकृष्णन यांना भारतातील सर्वोच्च सन्मान 'भारत रत्न" ने सन्मानित करण्यात आले.

## राष्ट्रपती पद

डॉ. राधाकृष्णन यांनी उपराष्ट्रपतीपदाची प्रतिष्ठा सदैव जपली. इ.स. १९५७ मध्ये राष्ट्रपती डॉ. राजेंद्र प्रसाद यांचा कार्यकाळ संपल्यावर त्यांनी असा प्रस्ताव मांडला की, आता आपले स्थान उपराष्ट्रपतींनी घ्यावे. या प्रस्तावाला सर्वांची संमती मिळाली. पण पुन्हा एकदा राजकीय डावपेच खेळत राजकीय नेत्यांनी राष्ट्रपतीपदासाठी वेगवेगळी नावे मांडली. कोणी बाबू जगजीवनराम यांचे नाव सूचविले तर कोणी अबुल कलाम आझाद यांच्या नावाला पाठिंबा दिला.

जातियवाद पुन्हा आपल्या समोर निर्माण व्हावा, असे पं. जवाहरलाल नेहरूंना वाटत नव्हते. राष्ट्रपतीपदासाठी त्यांना राधाकृष्णन योग्य वाटत होते आणि त्यांनाच या पदावर विराजमान करण्याच्या बाजूने होते. काही लोक मात्र त्यांच्या या इच्छेशी असहमत होते. काहीच पर्याय निघाला नाही तेव्हा डॉ. राजेंद्र प्रसाद यांनाच पुन्हा या पदावर निवडण्याचा प्रस्ताव मांडण्यात आला. हा प्रस्ताव स्वीकारण्यात आला. राधाकृष्णन यांनी पुन्हा उपराष्ट्रपती होण्याचा प्रस्ताव नाकारला तेव्हा जवाहरलाल नेहरूंना जोरदार धक्का बसला. जातीयवादामुळे आपल्याला राष्ट्रपतीपदी विराजमान होण्यापासून अडविण्यात आले या गोष्टीचा त्यांना धक्का बसला होता. त्याचबरोबर त्यांनी राजकारणापासून विभक्त होण्याचा निर्णय घेतला.

अशा स्थितीत जवाहरलाल नेहरू एकदम एकाकी पडले. राधाकृष्णन यांनी अशा प्रकारे स्वतःला राजकारणापासून दूर ठेवावे, असे काही त्यांना वाटत नव्हते. त्यांना

इतक्या विद्वान आणि अनुभवी व्यक्तीला गमवायचे नव्हते. त्यांनी राधाकृष्णन यांना अनेक प्रकारे समजावले. त्यांनी वारंवार विनंती केल्यामुळे शेवटी राधाकृष्णन पुन्हा उपराष्ट्रपती पदी विराजमान झाले. यावेळी त्यांचे मन उपराष्ट्रपतीपदामुळे उद्विग्न झाले होते. फक्त नेहरूजींच्या आग्रहामुळेच ते या पदावर टिकून होते. अर्थात त्यामुळे त्यांनी उपराष्ट्रपतीपदाची प्रतिष्ठा आणि जबाबदारी यामध्ये काही कमी पडू दिले नाही.

हळूहळू पाच वर्षे पूर्ण झाली. पूर्वी जी परंपरा सुरू करण्याचा विचार मांडण्यात आला होता, तो काही योग्य प्रकारे लागू होऊ शकला नाही. त्याच्याऐवजी राष्ट्रपती आणि उपराष्ट्रपतीपदासाठी निवडणूक प्रक्रिया सुरू करण्यात आली.

इ.स. १९६२ मध्ये राष्ट्रपतीपदासाठी निवडणूक झाली. या निवडणुकीत डॉ. सर्वपल्ली राधाकृष्णन यांनी प्रचंड मतांची आघाडी घेऊन विजय मिळविला आणि अतिशय सन्मानाने राष्ट्रपतीपद मिळविले. अशा प्रकारे एका अतिशय गरीब कुटुंबात जन्माला आलेले डॉ. राधाकृष्णन कठोर परिश्रम आणि निष्ठेच्या बळावर देशातील सर्वोच्च पदावर विराजमान झाले. त्यांच्या या यशामुळे नेहरूजी भावनामय झाले. देशाचा प्रथम नागरिक होण्याचा गौरव एका विद्वान आणि योग्य व्यक्तीला मिळालेला पाहून त्यांच्या आनंदाला पारावार राहिला नाही.

अंतरराष्ट्रीय पातळीवर राधाकृष्णन यांची प्रतिमा एक तत्त्वज्ञ, विचारवंत आणि शिक्षक म्हणून राहिली, त्यामुळे राष्ट्रपती झाल्यावर त्यांना अंतरराष्ट्रीय पातळीवर सन्मान मिळाला.

## राष्ट्रीय संकट आणि समाधान

राष्ट्रपती झाल्यावर डॉ. राधाकृष्णन यांना विपरित परिस्थितीचा सामना करावा लागला. शेजारी देश चीनने भारतावर आक्रमण केले. त्यांची बाजू दिवसेंदिवस मजबूत होत चालली होती. परिस्थिती नियंत्रणाबाहेर जात होती. भारतीय संविधानानुसार देशातील सर्वोच्च पद राष्ट्रपतीचे असले तरीही त्याला राजकीय हस्तक्षेप करण्याचा अधिकार असत नाही. सर्व अधिकार पंतप्रधानांच्या हातात एकवटलेले असतात.

पण परिस्थिती अशी काही निर्माण झाली होती की नेहरूजीही त्यांच्या समोर

असाह्य झाले होते. त्यांचे परदेश धोरण संपूर्णपणे अपयशी झाले होते. चीनच्या अचानक झालेल्या आक्रमणामुळे भारताची कंबर मोडली होती. अशा स्थितीत राधाकृष्णन शांत कसे काय राहू शकत होते? त्यांनी अमेरिकेचे तत्कालिन राष्ट्रपती जॉन एफ कॅनेडी यांची भेट घेऊन त्यांना सर्व परिस्थिती समजावून सांगितली आणि चीनचे वाईट इरादे सांगितले. तसेच ब्रिटन आणि सोव्हियत संघाशी असलेल्या चांगल्या संबंधांचा फायदा घेत त्यांनाही आपल्या बाजूने करून घेतले. हा मुद्दा संयुक्त राष्ट्रामध्ये उपस्थित करण्यात आला आणि चीनला युद्धातून माघार घेण्यासाठी दबाव टाकण्यात आला. त्यामुळे विवश होऊन चीनला माघार घ्यावी लागली. अशा प्रकारे डॉ. राधाकृष्णन यांनी अतिशय विचारपूर्वक भारतावर आलेले एक संकट टाळले.

खरं तर चीनने पाऊल मागे घेतले होते, पण त्याच्या विश्वासघातामुळे नेहरूंना आतून उन्मळून टाकले होते. त्यामुळेच २७ मे १९६४ रोजी त्यांचे निधन झाले. संपूर्ण देश शोक सागरात बुडाला. पुन्हा संकटाची स्थिती निर्माण झाली. शत्रू देश भारतावर लक्ष ठेवून बसले होते. देशासाठी नवीन पंतप्रधान निवडणे आवश्यक होते. अशा परिस्थितीमध्ये राधाकृष्णन यांनी विचारपूर्वक निर्णय घेत गुलजारीलाल नंदा यांना काळजीवाहू पंतप्रधान म्हणून नेमले.

काही काळानंतर देशात पुन्हा निवडणुका घेऊन लाल बहादूर शास्त्री यांना देशाचे पंतप्रधान नियुक्त केले. त्यांनी १५ जून १९६४ रोजी पंतप्रधान पदाची शपथ घेतली.

इ.स. १९६५ मध्ये पाकिस्तानने भारतावर आक्रमण केले. डॉ. राधाकृष्णन यांच्या राष्ट्रपतीपदाच्या कालावधीत देशावर झालेले हे दुसरे आक्रमण होते. अशा बिकट स्थितीमध्ये त्यांनी देशाला एकजूट होण्याचे पाकिस्तानला जबरदस्त उत्तर देण्याचे आवाहन केले. या युद्धात भारतीय सैनिकांनी शौर्याने लढत पाकिस्तानला पराभूत केले. मग पुन्हा अमेरिकेच्या हस्तक्षेपामुळे सोव्हिएत संघातील ताश्कंद येथे भारत आणि पाकिस्तान यांच्यात एक करार झाला. ताश्कंद करार म्हणून हा करार ओळखला जातो. त्याच वेळी आणखी एक दु:खद घटना घडली. रशियामध्येचं पंतप्रधान लाल बहादूर शास्त्रींचे निधन झाले. पुन्हा एकदा देशावर संकटाचे ढग जमा झाले. यावेळी श्रीमती इंदिरा गांधींना पंतप्रधान पदाची शपथ देण्यात आली. अशा प्रकारे त्यांना देशाच्या पहिल्या महिला पंतप्रधान होण्याचा सन्मान मिळाला.

राष्ट्रपती डॉ. सर्वपल्ली राधाकृष्णन यांचा कार्यकाळ संपत आला होता. आपण पुन्हा या पदावर नियुक्त व्हायचे नाही, हे त्यांनी आधीच नक्की केले होते. १९६७च्या मे महिन्यात त्यांचा कार्यकाळळ पूर्ण झाला. सर्वांनी त्यांना भावपूर्ण निरोप दिला.

डॉ. राधाकृष्णन एक बिगर राजकीय व्यक्ती राहिले. त्यांनी राजकारणाला जाणीवपूर्वक दूर ठेवले. त्यांनी कधीही कोणत्याही राजकीय सभेमध्ये किंवा मिरवणुकीमध्ये सहभाग घेतला नाही किंवा कोणत्याही राजकीय व्यासपीठावरून भाषण केले नाही. त्यांच्यावर जी कोणती जबाबदारी सोपविण्यात आली ती त्यांनी निष्ठापूर्वक पार पाडली. शेवटी एक राष्ट्रपती म्हणून कार्य करीत असताना ते आपल्या मागे आपल्या आदर्शांची एक शृंखला ठेवून गेले.

## प्रकरण १०

# शिक्षक दिन

डॉ. सर्वपल्ली राधाकृष्णन यांचा जन्म ५ सप्टेंबर रोजी झाला. पूर्ण देशात हा दिवस आता शिक्षक दिन म्हणून साजरा केला जातो.

राष्ट्रपती झाल्यावर डॉ. राधाकृष्णन यांचा पहिला वाढदिवस आला होता. पंडित नेहरूंना हा दिवस संस्मरणीय करायचा होता. हा अतिशय उत्साहाने आणि गाजावाजा करीत साजरा करावा, अशी त्यांची इच्छा होती. त्यासाठी त्यांनी तयारी करायला सुरुवात केली होती. या निमित्ताने देश-परदेशातील अनेक विद्वानांना आमंत्रित करण्याचे नक्की झाले होते.

राधाकृष्णन यांचा सुरूवातीपासूनच साधे जीवन जगण्यावर विश्वास होता. त्यांनी अनेक देशांचा प्रवास केला, सन्मान मिळविले, पण त्यांच्या जीवनशैलीमध्ये मात्र काहीही बदल घडला नाही. ते पूर्वीप्रमाणेच साधी राहणी आणि साध्या जीवनशैलीला महत्त्व देत होते. व्यक्तीने कधीही आपले संस्कार आणि संस्कृतीला विसरू नये, असे त्यांचे म्हणणे होते. ते नेहमी असे म्हणत असत की उगीच विनाकारण खर्च होणारी रक्कम समाजाचे कल्याण आणि विकास यासाठी खर्च केली जाऊ शकते. स्वार्थामुळे किंवा इतर काही कारणासाठी सरकारी किंवा दुसऱ्या कोणाच्या पैशांचा वापर करणे तिरस्करणीय कार्य होते. त्यामुळे त्यांनी नेहरूंना या आयोजनासाठी परवानगी दिली नाही.

दुसरी गोष्ट म्हणजे ते आतापर्यंत कोणालाही नाही म्हणाले नव्हते. त्यामुळे त्यांनी नेहरूजींना बोलावले आणि आपल्या वाढदिवसाच्या ऐवजी तो दिवस शिक्षक दिन म्हणून साजरा करण्याचा प्रस्ताव ठेवला. कारण जीवनभर एक शिक्षक म्हणूनच ते

जगले होते आणि शिक्षकांसाठी त्यांच्या मनात अगाध सन्मान आणि आदर भरलेला होता. त्यामुळे या निमित्ताने शिक्षणाच्या क्षेत्रात उत्कृष्ट कार्य करणाऱ्या शिक्षकांना सन्मानित करण्याची त्यांनी इच्छा व्यक्त केली. नेहरूजींना त्यांचा प्रस्ताव आवडला. त्यांनी तो सभागृहात मांडला आणि एकमताने तो मंजूर करण्यात आला. त्याच वर्षीपासून डॉ. राधाकृष्णन यांचा वाढदिवस दरवर्षी शिक्षक दिन म्हणून साजरा करण्यात येऊ लागला. त्याच बरोबरीने उत्कृष्ठ शिक्षकांना त्यांच्या कार्यासाठी या निमित्ताने सन्मानित करण्यात येऊ लागले. यामुळे फक्त शिक्षकांचाच सन्मान होत होता असे नाही, तर शिक्षणाबद्दलही सन्मानाची भावना जागृत झाली. तसेच शिक्षणाची पातळीही उंचावली.

डॉ. राधाकृष्णन यांच्या ७९ व्या वाढदिवसानिमित्त राष्ट्रपती भवनामध्ये पंडित जवाहरलाल नेहरू यांनी पहिल्यांदा शिक्षक दिन साजरा केला. त्या दिवसापासून दरवर्षी ५ सप्टेंबर रोजी शिक्षक दिन साजरा केला जातो.

# प्रकरण ११

## १७ एप्रिल १९७५

इ.स. १९६७ मध्ये राष्ट्रपतीपदावरून निवृत्त झाल्यावर डॉ. राधाकृष्णन आपल्या कुटुंबासह मद्रास (चेन्नई) मध्ये राहू लागले. आतापर्यंत ते जीवनातील सोनेरी वर्षे व्यस्ततेमध्ये घालवून आले होते, जिथे त्यांना भरपूर मान-सन्मान मिळाला होता. आता मात्र त्यांना आपल्या कुटुंबासमवेत रहायचे होते. दोन्ही परिस्थितीमध्ये खूप फरक होता. पूर्वी सतत काम करीत राहण्याची सवय होती तर आता फक्त रिकामपणा होता. इतकी थोर व्यक्ती रिकामी कशी काय राहू शकेल? पुस्तकांना व्यक्तीचा सर्वात चांगला मित्र म्हटले आहे. डॉ. राधाकृष्णन यांना तर लहानपणापासूनच पुस्तकांचे प्रेम होते. त्यामुळे रिकाम्या वेळी त्यांनी पुन्हा पुस्तकांशी मैत्री सुरू केली. बरोबरीने त्यांची लेखनीही चालू लागली.

रिकाम्या वेळी ते बहुतेक करून देशाच्या प्रगतीचा विचार करीत असत. जगभरात आध्यात्मिक गुरू म्हणून ओळखला जाणारा हा देश आता कोणत्या दिशेला जात आहे? नवीन पिढी कोणत्या दिशेने प्रगती करीत आहे? त्यांचा कल कोणत्या बाजूला आहे? असे अनेक प्रश्न त्यांच्या डोक्यात उठत असत. पाश्चात्य संस्कृतीचा प्रादुर्भाव आणि भारतीय संस्कृतीचे पतन यामुळे ते आतूनच पोखरले गेले होते. याचा परिणाम म्हणून एके दिवशी अचानक डोक्यात आघात झाल्यामुळे त्यांचा आवाज निघून गेला. आता ते काहीह बोलू शकत नसत. याच दरम्यान घरात घसरून पडल्यामुळे त्यांचे हाड मोडले. त्यांनी आता आंथरूण धरले. त्यानंतर मात्र ते कधीही आंथरुणावरून उठले नाहीत.

१७ एप्रिल १९७५ रोजी या थोर आत्म्याने या जगाचा निरोप घेतला.

त्यांच्या निधनामुळे संपूर्ण जग स्तब्ध झाले. डॉ. राधाकृष्णन यांच्या रुपात त्यांनी एक असा महान विचारवंत, तत्त्वज्ञ आणि लेखक गमावला होता, ज्याने समजाला आध्यात्म आणि तत्त्वज्ञांनाचा नवीन मार्ग दाखविला होता. ज़गाच्या काना कोपऱ्यातून शोक संदेश येत होते. ते किती मोठ्या लोकप्रिय आणि प्रभावी व्यक्तिमत्त्वाचे स्वामी होते, याची कल्पना खालील काही शोक संदेशावरून येते. -

"डॉ. राधाकृष्णन यांच्या निधनाने संपूर्ण विश्व अनाथ झाले आहे. आपल्या डोळयातील प्रकाशच कोणी हिरावून नेला आहे, असे वाटत आहे."

**- एक प्रोफेसर, ऑक्सफर्ड**

"डॉ. राधाकृष्णन यांचे निधन हा भारतासाठी वज्राघात आहे. त्यांच्या शिवाय समाजाच्या प्रगतीचा विचार करणे म्हणजे फक्त कल्पना विलास होय."

**- एक राजकीय नेते**

"त्यांनी शिक्षणाच्या क्षेत्रात अभूतपूर्व कार्य करून त्याच्या विकासाला एक नवीन दिशा दिला आहे. त्यांच्या या अमूल्य योगदानासाठी देश त्यांचा सदैव ऋणी राहील."

**- शिक्षण मंत्री**

"डॉ. राधाकृष्णन यांच्या सन्मानार्थ काही बोलणे म्हणजे सूर्याला दिवा दाखविण्यासारखे आहे. त्यांचे व्यक्तिमत्त्व कौतुक आणि प्रसिद्धी याच्या किती तरी पलिकडे गेले होते. तिथपर्यंत पोहचणे दुसऱ्या कोणाच्या आवाक्यात नाही."

**- एक राजकीय व्यक्ती**

"ते सदैव समाजाच विकास आणि प्रगतीसाठी प्रयत्नशील होते. त्यांनी दाखविलेल्या विकासाच्या मार्गावरून वाटचाल करणे, हे आपले कर्तव्य आहे. हीच त्यांना खरी श्रद्धांजली ठरेल."

**- एक समाजशास्त्रज्ञ**

"आता जेव्हा केव्हा समाज कुपथाच्या दिशेने आग्रेसर होईल तेव्हा सर्वांच्या नजरा राधाकृष्णन यांना शोधतील. त्यांचे तत्त्वज्ञान, विचार आणि मार्गदर्शन याचा अभाव सदैव जाणवत राहील."

**- एक धर्मगुरू**

“डॉ. राधाकृष्णन य आपले विचार आणि लेखनीने समाजाला नवीन दिशा दिली. त्यांचे हे योगदान जग कधीही विसरू शकणार नाही. ”

**- एक नागरिक**

“डॉ. राधाकृष्णन एका गरीब कुटुंबात जन्माला आले, पण अथक परिश्रम आणि निष्ठेने त्यांनी प्रसिद्धीचे शिखर सर केले. त्यांचे जीवन आपल्यासाठी सदैव प्रेरणा स्त्रोत राहील. ”

**- एक विचारवंत**

“भारत महापुरूषांची जन्मभूमी राहिला आहे. डॉ. राधाकृष्णनही त्यापैकी एक होते. त्यांची सहृदयता, सोपेपणा, साधेपणा आणि परोपकाराची भावना यामुळे ते अनेक युगे अमर झाले आहेत. ”

**- एक शिष्य**

“शिक्षक म्हणून ज्ञानाचा अथांग सागर असलेले, लेखक म्हणून वास्तवाचे दर्शन घडविणारे, विचारवंत म्हणून सामाजिक मंथन करणो तसेच तत्त्वज्ञ म्हणून धर्म आणि आध्यात्माची दारे उघडणारे डॉ. राधाकृष्णन यांची उणीव कोणीही भरून काढू शकणार नाही. अशा पुण्यात्म्याला माझे कोटी कोटी प्रणाम.”

**- एक सहकारी प्रोफेसर**

# प्रकरण १२

# तत्त्वज्ञ राधाकृष्णन

डॉ. राधाकृष्णन या जगामध्ये एक शिक्षक, लेखक, विचारवंत आणि तत्त्वज्ञ म्हणून प्रसिद्ध होते. ते स्वातंत्र्य मिळेपर्यंत शिक्षकच होते. याशिवाय त्यांनी वेळोवेळी आपल्या लेखनीचे सामर्थ्यही दाखवून दिले. त्यांची प्रतिमा जगामध्ये चमकत्या सूर्यासारखी तेजस्वी होती.

## भारतीय तत्त्वज्ञान

डॉ. राधाकृष्णन यांनी तत्त्वज्ञानाच्या क्षेत्रामध्ये अतिशय महत्त्वाचे योगदान दिले. त्यांच्यानुसार त्यांचे तत्त्वज्ञान प्रत्ययवादी होते. त्यांची अद्वैत वेदांताची व्याख्या नवीन वेदांताच्या संज्ञेने आलंकृत केली जाते. हिंदु धर्माला जगाचा निषेध करणारा धर्म काही असल्याचे अनेक पाश्चात्य विचारवंतांनी सांगितले आहे. हिंदु धर्म आध्यात्मिक असूनही जीवन आणि जीव सृष्टीची सत्यता सिद्ध करणारा आहे, असे डॉ. राधाकृष्णन यांनी विविध माध्यमातून सिद्ध करून दाखविले. त्यांनी नव वेदांत तत्त्वज्ञानाच्या माध्यमातून पूर्व आणि पश्चिमेतील अंतर कमी करण्याचा प्रयत्न केला.

राधाकृष्णन एम.ए.चे विद्यार्थी असताना त्यावेळच्या एम.ए.च्या अभ्यासक्रमात हिंदु तत्त्वज्ञानाचा समावेश नव्हता. तेव्हापासूनच त्यांनी मनामध्ये ठरवून टाकले होते की, हिंदू तत्त्वज्ञानाचा एम.ए.च्या अभ्यासक्रमात समावेश केल्याशिवाय स्वस्थ बसणार नाही. त्यांनी सखोल अभ्यास आणि अथक परिश्रम करून भारतीय तत्त्वज्ञानावर 'द एथिक्स ऑफ द वेदांत अँड इटस मेटाफिजिकल प्रोसपोजिन्स' नावाचा शोध निबंध तयार करून स्वतः लेखक असल्याचे दाखवून दिले होते. हिंदु तत्त्वज्ञानाचा एम.ए.च्या

अभ्यासक्रमात समावेश करण्यात आला,.हे त्यांच्या निष्ठेचेच फळ होते. त्यानंतर राधाकृष्णन यांच्या लेखनीची धार अतिशय वेगवान झाली.

इ.स. १९१५ मध्ये पहिल्या महायुद्धाच्या दरम्यानची स्थिती समजून घेत त्यांनी 'ए व्ह्यू फ्रॉम इंडिया ऑन द वॉर' नावाच लेख लिहिला. हा लेख १५ मे १९१५ रोजी 'द एशियन रिव्ह्यू' मध्ये प्रकाशित झाला. पाश्चात्य देशांना अशियायी देशांची संपत्ती नष्ट करण्याचा किंवा ती आपल्या ताब्यात ठेवण्याचा काही एक अधिकार नाही, असे डॉ. राधाकृष्णन यांना आपल्या लेखांच्या माध्यमातून सांगायचे होते. पाश्चात्य देश आपला हाच स्वार्थ साधण्यासाठी पहिल्या महायुद्धाला कारण झाले आहेत, असेही त्यांनी पुढे लिहिले. राधाकृष्णन यांचे हे लेख आग भडकविणारे होते. परिणामी त्यांचे इतर लेख प्रकाशित होण्यापासून थांबविण्यात आले.

डॉ. राधाकृष्णन यांनी आपल्या सखोल अभ्यासाला माध्यम बनवून भारतीय तत्त्वज्ञानाचे श्रेष्ठत्त्व सिद्ध केले. ते म्हैसूर येथील महाराजा कॉलेजमध्ये कार्यरत होते तेव्हा त्यांनी एक पुस्तक लिहिले होते, ज्यामध्ये भारतीय तत्त्वज्ञानाचे श्रेष्ठत्त्व सिद्ध करताना त्यांनी पाश्चात्य देशाच्या तत्त्वज्ञानात ख्रिश्चन धर्माने कशा प्रकारे आपले प्रभूत्त्व निर्माण केले आहे, ते लिहिले होते. त्यांनी आपल्या या पुस्तकात त्या काळातील पाश्चात्य विद्वानांचे विचार आणि भारतीय तत्त्वज्ञानांतर्गत उपनिषिदामध्ये उल्लेख केलेले विचार यांचा तुलनात्मक अभ्यास मांडला होताा. यामागे त्यांचा उद्देश भारतीय तत्त्वज्ञानातील गूढता, प्राचीनता आणि गहनतेचा अभ्यास करणे हाच होता.

डॉ. राधाकृष्णन यांनी लिहिलेले हे पुस्तक १९२० मध्ये प्रकाशित होऊन अंतरराष्ट्रीय पातळीवर प्रसिद्ध झाले. या पुस्तकामुळे काही ठिकाणी त्यांचा सन्मान करण्यात आला तर काही ठिकाणी त्यांच्यावर टीका झाली. अनेक ख्रिश्चन धर्म मानणाऱ्यांनी तर हे पुस्तक म्हणजे ख्रिश्चन धर्मावर आघात असल्याचे म्हटले. त्या काळातील अनेक विद्वानांनी त्या पुस्तकावर आपली टीपणी प्रसिद्ध केली. अर्थात टीकेच्या तुलनेत कौतुक अधिक होते.

त्यानंतर त्यांनी 'द लेजंसी ऑफ इंडिया' नावाचे पुस्तक लिहिले. यामध्ये त्यांनी भारतीय संस्कृतीविषयी सविस्तार लेखन केले. 'मॉडर्न इंडिया अँड द वेस्ट' या पुस्तकाच्या माध्यमातून त्यांनी भारतीय संस्कृती आणि सभ्यतेची तुलना पाश्चात्य संस्कृती आणि सभ्यतेशी केली. याशिवाय त्यांनी महात्मा गांधीजींशी संबंधित 'माय सर्च फॉर ट्रुथ" हे पुस्तकही लिहिले.

डॉ. राधाकृष्णन यांनी आपले निबंध, लेख आणि पुस्तकांमध्ये असा एकही विषय सोडला नाही की ज्यावर त्यांनी आपले विचार मांडले नाहीत. मग ते आध्यात्मिक क्षेत्र असो, विज्ञानाचे क्षेत्र असो, सामाजिक विचार असोत की राजकीय दृष्टिकोन असो. त्यांनी प्रत्येक क्षेत्र आपल्या लेखनीच्या माध्यमातून प्रगल्भ केले आणि त्याला झळाळी आणली. प्रत्येक क्षेत्राचा सखोल अभ्यास केल्यानंतरच त्यांनी आपले त्या विषयावरील विचार व्यक्त केले.

**भारतीय स्त्रिची अवस्था**

डॉ. राधाकृष्णन यांचे सामाजिक विचार पाहिले तर त्यांनी पुरुष आणि महिलांसबंधी आपले अनुभव आणि अभ्यासावर आधारित आहे. त्यांच्या मतानुसार समाजात पुरूष आणि स्त्रियांमध्ये काहीही भिन्नता नाही. प्राचीन काळापासूनच भारत स्त्री प्रधान देश राहिला असून इथे पुरूषाच्या आधी स्त्रीचा सन्मान केला जातो. याच कारणामुळे पुरूषाच्या आधी स्त्रीचे नाव घेतले जाते. मग तो रामायण काळ असो, महाभारत काळ असो की चार युगांपैकी कोणतेही युग असो. अशाच प्रकारे देवांच्या नावातही जसे- सीताराम, राधेकृष्ण, उमाशंकर, इ. मध्येही स्त्रीचे नाव पुरूषाच्या आधी घेतले जाते. आजच्या काळातही पाहिले तरी स्त्री आणि पुरूषाच्या सामाजिक स्तरामध्ये काहीही फरक नाही. दोघेही आपापल्या पातळीवर काम करतात. तसेच दोघांमुळेही समाज गतिशील आहे. कोण्या एकाचे काम बंद झाल्यामुळे समाज थांबू शकतो, त्यामुळे स्त्रीला कमी लेखता कामा नये.

राधाकृष्णन यांनी स्पष्ट केले आहे, की शास्त्र आणि धार्मिक ग्रंथांमध्ये उल्लेख केला आहे, की स्त्रीयांना आपल्या मनाप्रमाणे काम करण्याचे स्वातंत्र्य आहे. पण समाजात जसी जशी स्थित्यंतरे होत गेली तस तशी लोकांची कार्य पद्धती बदलत गेली. त्यांनी स्त्रीयांवर काही बंधने लादायला सुरूवात केली. हे बंधने पुरूषांची शक्ती किंवा अहंम यामुळे लादण्यात आली नाहीत तर स्त्रीयांची सुरक्षितता आणि आत्म सन्मान यासाठी लावण्यात आली. त्यामुळे समाजात त्यांचा मान सन्मान कायम राहणार होता. त्यांचे असेही म्हणणे होते की, स्त्रीयांना इतके स्वातंत्र्य देता कामा नये की, त्या आपली सर्व कामे स्वेच्छेने करू शकतील. स्त्री आणि पुरूष या पृथ्वीतलावरील असे दोन प्राणी आहेत, ज्यांच्या माध्यमातून हा मृत्यू लोक चालत असतो. दोघांच्या स्वभावामध्ये फरक

असतो, जिथे एका बाजूला पुरूषाचा स्वभाव कठोर असतो, तर दुसऱ्या बाजूला स्त्रीयांचा स्वभाव नम्र आणि भावनाशील असतो. त्यामुळे हीच गोष्ट लक्षात ठेवून स्त्रीयांवर बंधने लादण्यात आली आहेत. त्यामुळे त्यांच्या भाऊकतेचा कोणी गैरफायदा घेऊ शकणार नाही. भावनेच्या आहारी जाऊन स्त्रीया चुकीचा निर्णयही घेऊ शकतात. त्यामुळे त्यांना बंधनात अडकवून टाकले आहे आणि ते आवश्यकही आहे. राधाकृष्णन यांना हाच विचार दिला की, स्त्रीयांनी स्वच्छंद राहता कामा नये. ते त्यांच्यासाठी तसेच समाजासाठी धोकादायक होऊ शकते. स्त्रीची परिस्थिती सांगणारी त्यांनी एक कादंबरीही लिहिली होती. त्यामध्ये त्यांनी स्त्रियांना आधुनिकता आणि मर्यादा याचे स्थान देऊन दोन्हीची व्यथा मांडली होती.

डॉ. राधाकृष्णन यांनी हेही स्पष्ट केले आहे की, स्त्रीयांना सीमांमध्ये बांधून ठेवण्याचा अर्थ असा अजिबात नाही की, त्यांच्या विकासामध्ये बाधा यावी आणि त्यांना संपूर्ण विकास साधण्याची संधी मिळू नये. असे करणे म्हणजे स्त्रीवर अत्याचार करणे होय. त्यामुळे स्त्रीयांना आपला विकास साधण्याची योग्य संधी द्यायलाच हवी. फक्त एकच गोष्ट लक्षात ठेवायाला हवी की विकास त्यांच्या सीमांच्या आधीन असावा, सीमेच्या पलिकडे नसावा. पुरुषांनी या कामासाठी त्यांना मदतही करायला हवी. कारण स्त्रींचा विकास हेच समाजाच्या विकासाचे कारण असते.

भारतामध्ये स्त्रीचा सन्मान याच कारणामुळे होतो की, त्यांच्यामध्ये पुरुषांबद्दल आदर, व्यवहार आणि धार्मिक कर्तव्याचे पालन करणे ठासून भरलेले असते. पण आधुनिकतेच्या आंधळ्या स्पर्धेमध्ये काही ठिकाणी पाश्चात्य आकर्षणाकडे स्त्रीया आकर्षित होत आहेत. पण तरीही सुमारे ऐंशी टक्के भारतीय समाज भारतीय स्त्रीचा सन्मान तिच्या चांगल्या वागण्यामुळेच करतो. या उलट पाश्चात्य देशात मात्र स्त्रीयांना केवळ भोगाचे साधन समजले जाते.

## धर्माचे महात्म्य

डॉ. राधाकृष्णन यांची भारतीय धर्म आणि तत्त्वज्ञानावर घट्ट पकड होती. त्याच्याच माध्यमातून त्यांना जगभर प्रसिद्धी मिळाली. धर्माच्या बाबतीत त्यांनी म्हटले आहे की, भारतामध्ये धर्माला सर्व काही समजले जाते. सर्व प्रकारची कर्म कांडे धर्मावर आधारित आहेत. तसेच धार्मिक कर्मकांडच एखाद्या व्यक्तीची सामाजिक स्थिती स्पष्ट करीत असते. त्याची प्रतिमा नक्की करीत असते.

भारतामध्ये अदिकाळापासूनची झालेली युद्धे धर्माच्या स्थापनेसाठी झाली आहेत.

मग तो देवासूर संग्राम असो की महाभारत किंवा रामायण काळात झालेली युद्धे असोत. सर्वांचा एकमेव उद्देश होता, धर्माचे रक्षण आणि स्थापना करणे. धर्माची स्थापना करण्यासाठी पाप्याचा नाश करणे हा सर्वोत्तम धर्म समजला जातो. हाच गीतोपदेशही आहे. भारतात धर्म एक सामाजिक बंधन नाही, तर भारतीयत्त्वाचे मूळ धर्म आहे. माणसाची ती ओळख आहे. धर्म भारतीय समाजाला असे सांगत नाही की ते याचा स्वीकार करण्यासाठी बाध्य आहेत. या उलट धर्म अनादीकाळापासून आपल्या सत्यतेच्या बळावर भारतीय समाजात लोकांच्या मनामनात बसला आहे. याच कारणामुळे लोक कर्तव्य पारायण आहेत. धार्मिक आहेत आणि त्यांच्या जीवनात धर्माला सर्वाधिक महत्त्व आहे. भारतीय समाजामध्ये सत्याचे पालन करणे माणूस आपला धर्म समजतो. सत्य भारतीय जीवनाचा आधार आहे. सत्य धर्मामध्ये दडलेले आहे. सत्याचे पालन हेच धर्म आहे. परमेश्वराला मानणे सत्य आहे आणि सत्याचे पालन करणे धर्म आहे. धर्म हाच परमेश्वर आहे आणि याच कारणामुळे माणसाचा देवावर अतूट विश्वास कायम राहतो.

राजा हरिश्चंद्राने सत्याचे पालन करण्यासाठी आपले सर्वस्व त्यागले. सत्याचे पालन करून धर्माचे पालन केले. रामायणामध्ये श्रीरामाने आपल्या पित्याच्या इच्छेचे पालन करून वनवास स्वीकारला आणि धर्माची स्थापना केली. महाभारतामध्ये श्रीकृष्णाने अर्जुनाला उपदेश करून सत्याच्या मार्गाने वाटचाल करून धर्माची स्थापना करविली.

डॉ. राधाकृष्णन यांच्यानुसार धर्माचे प्रतिक म्हणून आपण परमेश्वराकडे पाहत असतो. त्याची उपासना करीत असतो. हीच खरी उपासना आपल्याला धर्माचे पालन करीत परमेश्वराची भेट घडवून आणते. परमेश्वराची भेट आपल्या अंतर्मनातील सर्व विकार आणि मोह-माया दूर करते. मोह मायेचा त्याग करणे आणि त्यापासून सुटका मिळविणे यालाच आत्मा शुद्धी म्हणतात. आत्मा अमर आहे. माणूस आपला देह त्याग करतो. ती आत्म्याची मुक्ती असते. आत्मा पुन्हा दुसऱ्या देहात प्रवेश करतो. ज्या प्रमाणे आपण फाटकी वस्त्रे काढून टाकीत असतो, त्याचप्रमाणे आत्मा शरीर जर्जर झाल्यावर नवीन शरीर धारण करण्यासाठी त्याचा त्याग करतो.

पाश्चात्य तत्त्वज्ञानानुसार लोकांचे असे म्हणणे आहे की, आत्मा अमर असणे किंवा माणसाने मोक्ष प्राप्ती करणे फक्त भ्रांत आहे. डॉ. राधाकृष्णन यांनी आपल्या अभ्यासातून हे सिद्ध करून दाखविले आहे की, भारतीय समजानुसार मोक्ष मिळविणे म्हणजे सद्गती

प्राप्त करणे असते. त्यासाठी ते म्हणाले की जीवनचक्र हेच जीवनाचे पूर्णत्त्व आहे. हे चक्र जन्मापासून सुरू होते. मूल जन्माला येते. त्याच्यामध्ये आत्मा असतो. तो आपल्या कर्तव्याचे आणि धर्माचे पालन करीत आपले जीवन चक्र पूर्ण करतो. तेव्हा आत्मा त्याचा त्याग करून दुसरा देह धारण करतो. माणसाची सद्‌गती त्याच्या कर्मावर आधारित असते. ही सदगती त्याला धर्माचे पालन केल्यामुळे मिळते. मोक्ष प्राप्त करणे म्हणजे मृत्यू असत नाही, तर माणसाची सद्‌गती किंवा एक पूर्ण जीवनाची प्राप्ती असते. हेच कारण आहे की भारतीय समाजामध्ये मोक्षप्राप्ती अभिष्ट आहे. हेच जीवनाचे सर्वोत्तम ध्येय आहे. तसेच ते मिळविण्यासाठी भारतीय व्यक्ती आपल्या कर्तव्याचे पालन करीत धर्माचेही पालन करीत असतो.

डॉ. राधाकृष्णन यांचा अभ्यास इतका सखोल होता की त्यांनी प्रत्येक पैलूवर खोलात जाऊन संशोधन केले होते. त्यांनी धर्म आणि विज्ञानाचा संबंध सिद्ध केला होता. धर्म आणि विज्ञान या दोन वेगळ्या गोष्टी नाहीत तर, कुठे ना कुठे त्यांचा परस्परांशी ताळमेळ आहे. जिथे एका बाजूला विज्ञान तर्कावर आधारित आहे, तर धर्म आध्यात्मावर आधारित आहे. पण दोन्हीही माणसापासून वेगळे न राहता एकत्रितपणे त्याच्यात सामावलेले असतात. भारतीय समज नुसते पोकळ नाहीत, तर ते कुठे ना कुठे शास्त्रावर आधारित आहेत. ते कोणत्या ना कोणत्या प्रकारे शास्त्राशी संबंधित आहेत. त्याला शास्त्रीय आधार आहे.

डॉ. राधाकृष्णन यांचे असे म्हणणे आहे की अनेक शास्त्रीय संकल्पना अशा असतात की ज्या कोणत्याही प्रकारे सिद्ध केल्या जाऊ शकत नाहीत. पण त्यांची प्रामाणिकता मात्र मान्य केली जाऊ शकते. बरोबर त्याच प्रमाणे धर्माची काही कार्ये अशा प्रकारची असतात, जी अनुभवाने समजून घेतली जाऊ शकतात आणि प्रामाणिकपणे त्यांच्यावर विश्वास ठेवला जाऊ शकतो. विज्ञानामध्ये सर्व प्रकारच्या वैज्ञानिकतेचा समावेश होतो. मग ते जीव, वनस्पती, भौतिक, रसायन, सामाजिक शास्त्र असे काहीही असू शकते. कारण विज्ञान असो की धर्म, या दोन्हीचा माणसाशी थेट संबंध आहे.

धर्माशी वेगळेपणा कधी आणि का येतो? जेव्हा व्यक्ती वेग वेगळ्या धर्मावर अस्था ठेवते, तेव्हाच भिन्नता निर्माण होते. धर्माचा अनुभव तोच घेऊ शकतो, जो त्याचा स्वीकार करतो. कारण जो त्याचा स्वीकार करील, तोच त्याचा अनुभव घेईल. विज्ञानात असे असत नाही. विज्ञानाचा एक सिद्धांत असतो आणि त्याचा अनुभव सर्व जण घेऊ शकतात. त्यामुळे ज्यांच्यासाठी विज्ञानातील तो सिद्धांत निर्माण झाला आहे, तो त्यांच्यासाठीच असतो आणि तोच सिद्धांत त्याला कायम ठेवतो. विज्ञान मानवी संस्कृतीची

एक बाजू आहे.

## भारतीय मूल्यांची नैतिकता

डॉ. राधाकृष्णन यांनी आध्यात्मिक अभ्यासाच्या सारातून हे सिद्ध करून दाखविले आहे, की भारतीय जीवनाचा मूळ आधार धर्म आणि सत्य आहे. हाच मूळ आधार भारतीय तत्त्वज्ञानात बसलेला आहे, जो माणसाला आपल्या कर्तव्यपथावर अग्रेसर करीत असतो. धर्माच्या नंतर येते भारतीय मूल्यांची नैतिकता.

नैतिकता माणसाचा असा दागिना आहे, ज्यामुळे माणूस वास्तवात माणूस म्हणण्याला योग्य होतो. माणसामध्ये नैतिक गुण असणे अतिशय आवश्यक असते. ही गोष्ट दुसऱ्या कोणत्या देशाला सांगण्यासारखी असत नाही, की भारतीय समाजातील लोकांमध्ये नैतिकतेचा गुण सर्वोच्च राहिला आहे. ही नैतिक मूल्ये त्यांना एक परंपरा म्हणून वेळोवेळी या पावन भूमीवर जन्म घेणाऱ्या महापुरूषांना वारसा हक्कात मिळाले आहेत. अर्थात हे भारतीय समाजाचेच कौतुक आहे की, त्यांने या नैतिक मूल्यांचा स्वीकार केला. त्यांना आपल्या जीवनात स्थान दिले. तिथूनच ही परंपरा पुढे चालत आली आहे. त्या नैतिक मूल्यांची स्थापना झाली. लोक त्याचे पालन करतात. तेव्हाच आपण दुसऱ्या लोकांच्या नैतिक मूल्यांच्या संरक्षणाविषयी बोलू शकतो.

## भारतीय संस्कृती

भारतीय संस्कृतीवर डॉ. राधाकृष्णन यांनी 'भारतीय संस्कृती' नावाचे एक पुस्तक लिहिले आहे. यामध्ये त्यांनी भारतीय संस्कृतीची विस्तृत व्याख्या करून तिचा विकासक्रम उल्लेखीत केला आहे. भारतीय संस्कृतीचे वेगवेगळे पैलू आहेत. ते पैलूच लोकांना विकासाच्या दिशेने आग्रेसर करीत असतात. इथे एका अशा घटनेचा उल्लेख करणे आवश्यक आहे, ज्यामुळे भारतीय संस्कृतीबद्दल डॉ. राधाकृष्णन यांचे तत्त्वज्ञविषयक विचार कळतात.

एकदा डॉ. राधाकृष्णन ब्रिटनमध्ये एका सभेमध्ये भाषण देत होते, तेव्हा एका इंग्रजाने त्यांना विचारले, 'भारतीय संस्कृती काय आहे? तुमच्याकडे सर्व जण सारखे नाहीत. भाषा, राहणे, वस्त्र प्रावरणे आणि रंगाच्या आधारे त्यावर भिन्नता आहे. याला भारतीय संस्कृती म्हणतात का?'

इंग्रजाचे पूर्ण म्हणणे काळजीपूर्वक ऐकल्यावर राधाकृष्णन तत्त्वज्ञानाने परिपूर्ण

उत्तर देत हासत म्हणाले, 'घोड्याचे रंग आणि रुप वेगवेगळे असते. गाढवाचं रंग रुप मात्र जवळपास एकसारखे असते. जिथे भिन्नता असते तिथेच विकास करून पुढे जाण्याचे ध्येय दृष्टीगोचर होते. असे समजा की ज्या ठिकाणी जमीन ओबड धोबड आहे, कुठे उंच-नीच आहे, कुठे खडकाळ, तर कुठे हिरवी, कुठे दलदलीची तर कुठे कोरडी असते. तरच माणूस तिला सुधारण्याचा विचार करू शकेल. जिथे कोरडे आहे, तिथे पाण्याची व्यवस्था केली जाते. जिथे खडकाळ आहे, तिथे सुपीक बनविण्याचा प्रयत्न केला जातो. जिथे खड्डे आहेत तिथे जमीन समतळ करण्याचा प्रयत्न केला जाईल. पण ज्या ठिकाणी जमीन आधीपासूनच समतळ असेल तिथे माणसाला करण्यासारखे काही असत नाही. तो पुढे विकास करणार नाही."

हे ऐकल्यावर तो इंग्रज निरूत्तर झाला.

डॉ. राधाकृष्णन एक परिपूर्ण अस्थावान हिंदू होते आणि त्यांचा भारतीय संस्कृती, तत्त्वज्ञान आणि धर्म यावर गाढ आस्था होती. या विरूद्ध ते काहीही ऐकू शकत नव्हते. जर कोणाकडून तसे काही ऐकले तर ते त्याला असे तर्कपूर्ण उत्तर देत असत की समोरच्याची बोलती बंद होत असे. त्याचबरोबर ते त्याला भारतीय संस्कृतीशी संबंधित असे ज्ञान देत असत की त्याच्या मनात त्याबद्दल गाढ आस्था निर्माण होत असे. तसेच त्याच्या मनात त्याचा अभ्यास करण्याची लालसाही जागृत होत असे.

## प्रकरण १३

# विरोधकांचा मत्सर

कोणाची तरी प्रगती पाहून त्याचा मत्सर करणे, तसेच त्याला खाली पहायला लावण्याचा प्रत्येक शक्य प्रयत्न करणे, मानवी स्वभावाचा एक क़लंकित भाग आहे. अर्थात हे मानवी मनाच्या विकृत मानसिकतेचे प्रतिक आहे. बहुतेक लोक यामुळे प्रभावित झालेले असतात. भारतात अशा प्रकारची मानसिकता असलेले अनेक लोक आढळून येतात, जे परस्परांचा मत्सर, द्वेष किंवा प्रसिद्धी मिळविण्यासाठी कोणत्याही प्रकरचा मार्ग स्वीकारायला मागे पुढे पाहत नाहीत.

डॉ. राधाकृष्णन यांना एका बाजूला जागतिक प्रसिद्धी मिळाली, पाश्चात्य तत्त्वज्ञ आणि विचारवंत त्यांचा सन्मान करीत होते, तर दुसऱ्या बाजूला काही भारतीय विद्वानांमध्ये त्यांच्या बद्दल मत्सर आणि द्वेषाची भावना निर्माण होत होती. कारण राधाकृष्णन यांच्या समोर त्यांचे ज्ञान, प्रभाव आणि वर्चस्व धुळीला मिळाले होते. त्यामुळे मत्सरापोटी ते त्याचा पाणउतारा करण्याची संधी शोधत असत.

कलकत्यामध्ये रामानंद चॅटर्जी आणि जदुनाथ सिन्हा नावाचे दोन विद्वान राहत असत. ते स्वतःला राधाकृष्णन यांच्याप्रमाणे श्रेष्ठ विचारवंत आणि तत्त्वज्ञ समजत असत. पण ज्या कोहिनूरच्या चमकेमुळे संपूर्ण विश्व प्रकाशित होत होते, त्यांच्यासाठी हे काचेचे तुकडे काय कामाचे? हळूहळू त्यांची मने राधाकृष्णन यांच्याबद्दल द्वेष आणि मत्सराने भरली. कोणत्या ना कोणत्या प्रकारे त्यांचा प्रभाव कमी करायचा असे त्यांनी ठरविले. त्यासाठी त्यांनी इतरही काही विद्वानांना आपल्या बाजूने वळविले.

इ.स. १९२९ मध्ये त्यांनी राधाकृष्णन यांच्यावर खोटे आरोप करायला सुरूवात केली. ते कोणत्या ना कोणत्या प्रकारे त्यांचा विरोध करीत होते. कधी त्यांना मानसिक त्रास देण्याचा प्रयत्न करीत असत, तर कधी सामान्य लोकांना एकत्रित करून त्यांच्या विरूद्ध सभा घेत असत. राधाकृष्णन निर्विकारपणे आणि शांततेने त्यांची ही कृत्ये पाहत असत. त्यांच्या मनात त्या लोकांबद्दल क्रोधाच्या ऐवजी दया भावना निर्माण होत असे.

पण पाणी जेव्हा डोक्यावरून जाऊ लागले तेव्हा काही मित्रांनी राधाकृष्णन यांना त्यांच्या विरूद्ध कार्यवाही करायला सांगितले होते. त्यानंतर त्यांनी कोलकत्ता उच्च न्यायालयात त्यांच्या विरूद्ध मानहानीचा दावा दाखल केला. तसेच दहा हजार रूपयांच्या नुकसान भारपाईची मागणी केली.

प्रतित्युतरात त्या लोकांनी राधाकृष्णन यांच्यावर आरोप करीत त्यांच्यावर वीस हजार रूपयांचा दावा दाखल केला. त्यांचे असे म्हणणे होते की राधाकृष्णन यांनी धार्मिक गोष्टीच्या चुकीच्या व्याख्या करून त्याचा आपल्या स्वार्थ पूर्तीसाठी वापर केला आहे. अशा प्रकारे त्यांनी डॉ. राधाकृष्णन यांना निष्कारण तंट्यामध्ये अडकविले.

खटला सुरू झाला. तारीखेमागून तारीख मिळू लागल्या. जवळपास चार वर्षे या खटल्याचा निकाल लागला नाही. राधाकृष्णन अशा प्रकरणापासून दूरच राहत होते. त्यांचा स्वभाव शांत आणि सरळ होता. त्यांना शांततामयरित्या आपले काम करायला आवडत होते. या खटल्यामुळे त्यांच्या मानसिक समस्येमध्ये वाढ झाली. त्यामुळे ते लेखनावर लक्ष देऊ शकत नव्हते की इतर कोणत्या कामाकडे लक्ष देऊ शकत नव्हते. खटला लढावा लागल्यामुळे आर्थिक नुकसान होणे स्वाभाविक होते. उत्पन्नाचा जास्तीत जास्त भाग खटल्यावर खर्च झाल्यामुळे आर्थिक तंगी वाढली. इकडे कौटुंबिक गरजांमध्ये कपात आणि डोक्यात तेच विचार असल्यामुळे त्यांचे मन हताशा आणि निराशेने भरले.

रवींद्रनाथ टागोर यांना या खटल्याबाबत कळल्यावर ते राधाकृष्णन यांना भेटले. त्यांनंतर दोन्ही बाजूंना बोलावून मध्यस्थी करीत त्यांच्यामध्ये समझोता घडवून आणला. त्यांनी दोघांनाही खटले परत घ्यायला लाऊन मतभेद दूर केले. अर्थात खटला तर

संपला होता, पण राधाकृष्णन यांच्या मनात एक सल कायम राहिली होती, 'आपल्या माणसांची प्रगती पाहून लोक का मत्सर करतात? अशी मत्सरयुक्त मानसिकता कधी समाप्त होईल? लोक कधी एकत्रितरित्या प्रगतीचा विचार करतील? ” त्यांच्या डोक्यात असे अनेक प्रश्न निर्माण झाले होते.

राधाकृष्णन कोणाही व्यक्तीला मंत्रमुग्ध करू शकणाऱ्या व्यक्तिमत्त्वाचे स्वामी होते. त्यांची शालीनता आणि सहजता अनोळखी व्यक्तीच्या मनातही त्यांची कधीच न पुसली जाणारी प्रतिमा निर्माण करीत असे. मग ते भारतीय विद्वान असोत की पाश्चात्य विचारवंत; प्रसिद्ध व्यक्ती असो की सामान्य व्यक्ती. त्यांचे वागणे सर्वांशी एक सारख्याच प्रकारचे असायचे. ते विद्वता किंवा दुसऱ्या कोणत्याही कारणामुळे कोणाशी भेदभाव करीत नसत. सर्वांशी ते मित्राप्रमाणे वागत असत आणि नेहमीसाठी त्यांचे होत असत. अशा परिस्थितीत खटल्याच्या घटनेने त्यांच्या अंतर्मनावर जोरदार आघात केला होता. पण त्यांचे चिंतन -मनन असे होते की, ते कोणाला स्वतःवर स्वार होऊ देत नसत. जी व्यक्ती तत्त्वज्ञानाची ज्ञानी असते, ती आपल्या मनात सुरू असलेली उलथा पालथ आत्मिक ज्ञानाच्या सहाय्याने सांभाळू शकते. राधाकृष्णन यांनीही तेच केले. लवकरच ते या सर्व प्रकरणातून बाहेर पडून आपल्या नेहमीच्या कामाला लागले.

प्रकरण १४

# लेखन कार्य

डॉ. राधाकृष्णन जितके थोर विचारवंत आणि तत्त्वज्ञ होते तितकेच प्रतिभावान लेखकही होते. त्यांनी वयाच्या अवघ्या वीसाव्या वर्षापासूनच लेखनाला सुरूवात केली. त्यांची लेखनी एकदा सुरू झाल्यावर जीवनातील शेवटच्या क्षणापर्यंत ती सतत ज्ञानाची नवनवीन व्याख्या करीतच राहिली. राष्ट्रपतीपदावरून निवृत्त झाल्यावर डॉ. राधाकृष्णन यांना जाणवणारी वेळेची कमतरता कमी झाली होती. त्यामुळे त्यांनी आपल्याला मिळणाऱ्या या रिकाम्या वेळेचा भरपूर फायदा घेतला आणि रात्रंदिन पुस्तकांच्या अभ्यासात मग्न झाले. याशिवाय सखोल अभ्यास करून त्यांना जे काही उमजले ते त्यांनी लेखनीच्या माध्यमातून कागदावर उतरविले.

इतर लेखकांपेक्षा वेगळे असे डॉ. राधाकृष्णन यांचे लेखन एकसारखे न होता काळाच्या गरजेनुसार आणि परिस्थितीवर आधारित होते. भारतीय तत्त्वज्ञानाचे प्रकांड पंडित असल्यामुळे ते लेखनासाठी त्याचीच निवड करीत असत, असे नाही. त्यांची लेखनी वर्तमान परिस्थितीवरही आग ओकत असे. जसे पहिल्या आणि दुसऱ्या महायुद्धाच्या वेळी त्यांनी आपल्या लेखनीच्या माध्यमातून लोकांना युद्धाचे फायदे-तोटे सांगण्याबरोबरच त्याची कारणेही सांगितली. त्याच्या बरोबरीने समाज आणि त्यांचा विकास, नैतिकता, धर्म, लोकांचे राहणीमान, पूर्व आणि पाश्चात्य संस्कृतीचे आकलन, त्यांच्यामधील फरक त्यांनी लेखनीच्या माध्यमातून लोकांसमोर मांडला.

राधाकृष्णन कोणत्याही विषयावर लिहायच्या आधी त्याचा सखोल अभ्यास करून मुळाशी जात असत. त्यानंतर त्या विषयावरील आपले विचार त्या विषयाशी जोडून ते

लोकांना भल्या बुऱ्या गोष्टी सांगत असत. याच कारणामुळे त्यांच्या लेखनीतून निघणारा एकेक शब्द, लोकांच्या मनात अशा प्रकारे घर करून बसत असे की, त्याला वारंवार वाचण्यासाठी आणि ऐकण्यासाठी ते व्याकुळ होत असत.

ड़ॉ. राधाकृष्णन यांनी अनेक पुस्तके लिहिली. त्यांनी परदेशात दिलेली भाषणे आणि व्याख्यानेही वेळोवेळी प्रकाशित करण्यात आली. इथे त्यांनी लिहिलेल्या काही महत्त्वाच्या पुस्तकांबद्दल आणि व्याख्यानाबद्दल चर्चा केली आहे.

## 'दि एथिक्स ऑफ वेदांत अँड इटस् मेटाफिजिकल प्रि सपोजिन्स'

वयाच्या विसाव्या वर्षी 'द एथिक्स ऑफ वेदातं अँड इटस मेटाफिजिकल प्रिसपोजिन्स" हे पुसत्क लिहून त्यांनी असामान्य यश मिळविले. अथक परिश्रम, निष्ठा आणि गाढा अभ्यास करून लिहिलेल्या या पुस्तकाने फक्त भारतीय तत्त्वज्ञानाचे महत्त्व स्पष्ट केले असे नाही, तर त्याचा एम.ए.च्या अभ्यासक्रमातही समावेश करण्यात आला. त्यांचे हे पुस्तक १९०८ मध्ये प्रकाशित झाले होते.

## 'असेसिएल्स ऑफ सायकॉलॉजी'

डॉ. राधाकृष्णन यांनी तत्त्वज्ञानावर दिलेल्या त्यांच्या व्याख्यानावर आधारित 'असेसिएल्स ऑफ सायकॉलॉजी' नावाचे पुस्तक लिहिले. हे पुस्तक देश-परदेशात खूप लोकप्रिय झाले. हे पुस्तक १९१२ मध्ये सर्व प्रथम लंडनमध्ये प्रकाशित झाले. त्यानंतर भारतात याचे प्रकाशन झाले.

## 'दि फिलॉसॉफी ऑफ रवींद्रनाथ टागोर'

डॉ. राधाकृष्णन सुरूवातीपासूनच रवींद्रनाथ टागोर यांच्यामुळे प्रभावित झाले होते. त्यांनी त्यांच्या साहित्याचा सखोल अभ्यास केला होता. त्याच्याच आधारे त्यांनी 'द फिलॉसॉफी ऑफ रवींद्रनाथ टागोर" नावाचे पुस्तक लिहिले. या पुस्तकाचे प्रकाशन १९१८ मध्ये झाले.

## 'द रेजन ऑफ रिलिजन इन कॉनटेम्परी फिलॉसॉफी'

१९२० या वर्षी डॉ. राधाकृष्णन यांनी असे एक लोकप्रिय पुस्तकाने त्यांना जगभरात एक वेगळी ओळख मिळवून दिली. या पुस्तकाचे नाव होते, 'द रेजन ऑफ रिलिजन इन कॉनटेम्परी फिलॉसॉफी' या पुस्तकात त्यांनी भारतीय आणि पाश्चात्य तत्त्वज्ञान समोरा समोर मांडले होते. त्यांनी हे सविस्तर स्वरूपात मांडले होते, पण त्याचा तुलनात्मक अभ्यास न करता श्रेष्ठतेचा निर्णय वाचकांवर सोडून दिला होता. पुस्तकामध्ये

जगभरातील तत्कालिन महान विचारवंत आणि तत्त्वज्ञ यांचे अभिप्राय या प्रकाशित करण्यात आल्या होत्या.

**'इंडियन फिलॉसॉफी'**

१९२३ या वर्षी राधाकृष्णन यांनी 'इंडियन फिलॉसॉफी' नावाचे पुस्तक लिहिले. हे पुस्तक त्यांच्या मागील पाच-सहा वर्षातील अनुभवाचे सार होते. ज्यामध्ये त्यांनी भारतीय तत्त्वज्ञान आणि आध्यात्म याचा खोलवर अभ्यास मांडला होता. सर्व प्रथम हे पुस्तक दोन खंडात प्रकाशित करण्यात आले. पहिला खंड १९२३ मध्ये तर दुसरा खंड १९२७ मध्ये प्रकाशित झाला. १९२७ मध्येच लंडनमध्ये ही दोन्ही पुस्तके एकत्रित करून 'इंडियन फिलॉसॉफी' नावाने प्रकाशित करण्यात आली. १४८० पानांच्या या पुस्तकामध्ये डॉ. राधाकृष्णन यांनी भारतीय संस्कृतीची महत्त्वाची बाजू लोकांसमोर मांडली.

**'हिंदु व्ह्यू ऑफ लाईफ'**

१९२६ या वर्षी राधाकृष्णन यांना लंडनमध्ये व्याख्यान देण्यासाठी आमंत्रित करण्यात आले होते. तिथे त्यांनी चार महत्त्वाची व्याख्याने दिली, जी हिंदु धर्म जीवन पद्धतीवर आधारित होती. नंतर ही व्याख्याने पुस्तकाच्या स्वरूपात 'हिंदु व्ह्यू ऑफ लाईफ" या नावाने प्रकाशित झाली. यामध्ये राधाकृष्णन यांनी हिंदुच्या दृष्टिकोनातून जीवनाच्या महत्त्वावर प्रकाश टाकला होता. त्याचबरोबर जीवन जगण्याविषयी हिंदूच्या जीवन पद्धतीचा उल्लेख केला होता.

**'दि रिलिजन वुई नीड'**

बहुतेक युवक ख्रिश्चन मिशनरीच्या वतीने चालविण्यात येणाऱ्या शाळा -महाविद्यालयातून शिक्षण ग्रहण करून आपली धार्मिक पार्श्वभूमी तुच्छ असल्याचे समजू लागले होते. धर्माची उपयुक्तता आणि आवश्यकता याबद्दल त्यांच्या मनात संशय निर्माण झाला होता. अशा परिस्थितीमध्ये डॉ. राधाकृष्णन यांनी 'द रिलिजन वुई नीड' नावाचे पुस्तक लिहिले, जे १९२८ मध्ये प्रकाशित झाले. या पुस्तकामध्ये त्यांनी धर्माच्या आवश्यकतेचे महत्त्व विशद केले होते.

**'ॲन आयडियालिस्ट व्ह्यू ऑफ लाईफ'**

डॉ. राधाकृष्णन यांचे लेखन कार्य वर्तमान काळ आणि परिस्थितीवर आधारीत असायचे. त्यामुळे समाजातील नैतिक मूल्यांचा ऱ्हास होऊ लागला तेव्हा त्यांनी 'ॲन आयडियालिस्ट व्ह्यू ऑफ लाईफ" नावाचे पुस्तक लिहिले. हे पुस्तक त्यांच्या व्याख्यानांचे

संकलन होते. हे १९३२ मध्ये प्रकाशित झाले. या पुस्तकामध्ये त्यांनी जीवनातील आदर्श आणि त्याची नैतिक मूल्ये यांची विस्तृत व्याख्या केली होती.

**'ईस्ट अँड वेस्ट इन रिलिजन'**

डॉ. राधाकृष्णन यांनी 'ईस्ट अँड वेस्ट इन रिलिजन' नावाचे एक पुस्तक लिहिले. या पुस्तकात त्यांनी पूर्वेकडे आणि पाश्चात्य देशात प्रचलित असलेल्या धर्मांची वैशिष्ट्ये आणि त्यांतील वेगळेपणा स्पष्ट केला होता. या पुस्तकाचे प्रकाशन १९३३ मध्ये झाले.

**'कॉनटेम्पररी इंडियन फिलॉसॉफी'**

१९३६ मध्ये त्यांची 'द हार्ट ऑफ हिंदुस्थान' आणि 'कॉनटेम्पररी इंडियन फिलॉसॉफी' ही पुस्तके प्रकाशित झाली. कॉनटेम्पररी इंडियन फिलॉसॉफी हे पुस्तक त्यांच्या निबंधांचा संग्रह होता. त्यामध्ये समकालीन भारतीय तत्त्वज्ञानाचा उल्लेख करण्यात आला होता. त्याचबरोबर त्या वर्षी त्यांनी महात्मा गांधी यांच्यामुळे प्रभावित होऊन त्यांच्या आत्मकथेवर आधारित 'माय सर्च फॉर ट्रूथ' नावाचे पुस्तक लिहिले. याचे प्रकाशन मात्र या वर्षी न होता नंतर झाले.

**'गौतम द बुद्ध'**

डॉ. राधाकृष्णन यांनी ब्रिटिश ॲकाडमीमधून महात्मा बुद्ध यांच्या जीवन-त्तत्त्वज्ञानावर आधारित महत्त्वाची व्याख्याने दिली. या व्याख्यानांचे संकलन 'गौतम द बुद्ध'' या नावाने पुस्तक रुपात प्रकाशित करण्यात आले. या पुस्तकाचे प्रकाशन १९३८ मध्ये झाले.

**'ईस्टर्न रिलिजन्स अँड वेस्टर्न थॉट'**

१९३९ या वर्षी डॉ. राधाकृष्णन यांनी पाश्चात्य लोकांच्या विचारसरणीवर आधारित भारतीय धर्माबद्दल जे काही लिहिले ते 'ईस्टर्न रिलिजन्स अँड वेस्टर्न थॉट' नावाच्या पुस्तकात प्रकाशित करण्यात आले आहे. या वर्षी त्यांनी गांधीजींचे जीवन आणि त्यांचे कार्य यावर आधारित काही निबंध लिहिले. ते एका निबंध संग्रहाच्या स्वरूपात प्रकाशित झाले.

**'इंडिया अँड चायना'**

१९४४ ते १९४९ या दरम्यान बहुतेक़ काळ डॉ. राधाकृष्णन यांनी व्याख्याने देण्यासाठी आणि लेखनासाठी वापरला. या दरम्यान त्यांनी अनेक महत्त्वाच्या रचना

केल्या. याच वर्षी त्यांनी 'इंडिया अँड चायना' या पुस्तकामध्ये भारत-चीन यांच्या परस्पर संबंधांवर लिहिले. त्याचबरोबर राजकीय शिक्षण आणि युद्ध याबाबत त्यांनी जे विचार मांडले तेही प्रकाशित करण्यात आले.

## 'इस धिस पीस'

१९४५ मध्ये दुसरे महायुद्ध समाप्त झाले. महायुद्धाच्या नंतरची स्थिती अतिशय दयनीय आणि शोचनीय होती. आर्थिक मंदी सुरू झाली होती. त्याशिवाय अनेक समस्या निर्माण झाल्या होत्या. युद्धामध्ये प्रत्येक देशाला नुकसानीचा सामना करावा लागला होता. अशी परिस्थिती पाहून डॉ. राधाकृष्णन यांचे मन द्रवीत झाले. तिच स्थिती स्पष्ट करीत त्यांनी 'इस धिस पीस' नावाचे पुस्तक लिहिले. यामध्ये त्यांनी युद्धाचे कारण तसेच त्याच्या उद्देश पूर्तीच्या बदल्यात झालेल्या विनाशाबद्दलही लिहिले.

## १९४८

डॉ. राधाकृष्णन भगवत गीतेमुळे अतिशय प्रभावित झाले होते. तिचा त्यांनी सखोल अभ्यास केला होता. तो १९४८ मध्ये प्रकाशित करण्यात आला.

## १९५०

या वर्षी डॉ. राधाकृष्णन यांचे पुस्तक 'धम्मपद" प्रकाशित झाले. याच दरम्यान ते सोव्हियत संघामध्ये भारतीय राजदूत म्हणून नियुक्त झाले होते.

## १९५२

डॉ. राधाकृष्णन अनेक वर्षांपासून पूर्व आणि पाश्चात्य देशातील तत्त्वज्ञानाची प्राचीनता आणि त्याचा इतिहास याचा सखोल अभ्यास करीत होते. हा अभ्यास झाल्यावर त्यांनी एक पुस्तक लिहिले, 'हिस्ट्री ऑफ फिलॉसॉफी इन इस्टर्न अँड वेस्टर्न.' १९५२ मध्ये ते प्रकाशित झाले.

## १९५३

राधाकृष्णन यांनी लिहिलेले पुस्तक 'दि प्रिंसीपल ऑफ उपनिषिद' चे प्रकाशन १९५३ मध्ये झाले. या पुस्तकात त्यांनी उपनिषिदांचे सिद्धांत आणि आदर्शाचे सविस्तर विवेचन सादर केले आहे.

## १९५५

पूर्व आणि पाश्चात्य संस्कृतीवर राधाकृष्णन यांनी दिलेली व्याख्याने 'ईस्ट अँड वेस्ट' नावाच्या पुस्तकात प्रकाशित करण्यात आली.

**१९५६-५७**

१९५६ या वर्षी डॉ. राधाकृष्णन यांनी दिलेल्या भाषणाचे संकलन करून पुस्तक स्वरूपात प्रकाशित करण्यात आले. हे पुस्तक दोन खंडांमध्ये विभागलेले होते. यापैकी एक खंड १९५६ मध्ये तर दुसरा खंड १९५७ मध्ये प्रकाशित झाला.

**१९६०**

या वर्षी डॉ. राधाकृष्णन यांनी लिहिलेल्या 'ब्रह्मसूत्र' चे प्रकाशन झाले.

**१९६७**

जगामध्ये अतिशय वेगाने परिवर्तन होत होते. जुन्या मान्यता, परंपरा आणि रितींचे पतन होऊ लागले होते. अशा स्थितीमध्ये धर्माच्या महत्त्वावर प्रकाश टाकीत डॉ. राधाकृष्णन यांनी 'रिलिजिंग इन चेंजिंग वर्ल्ड' नावाचे पुस्तक लिहिले. याचे प्रकाशन १९६७ मध्ये झाले. याच वर्षी ते राष्ट्रपती पदावरून निवृत्त होऊन मद्रास (चेन्नई) ला सहकुटुंब गेले होते आणि तिथे राहून लेखन कार्य करू लागले होते.

## 'दि क्रिएटिव्ह लाईफ'

१९७५ मध्ये डॉ. राधाकृष्णन यांनी लिहिलेले पुस्तक 'द क्रिएटिव्ह लाईफ' या पुस्तकाचे प्रकाशन झाले.

खरं तर याच वर्षी डॉ. राधाकृष्णन यांचे निधन झाले. पण मृत्यूनंतरही त्यांनी लिहिलेल्या काही पुस्तकांचे प्रकाशन झाले. ही पुस्तके खालीलप्रमाणे आहेत.

## 'लिव्हिंग वुईथ पर्पज'

डॉ. राधाकृष्णन यांच्या निधनानंतर 'लिव्हिंग वुईथ पर्पज' हे पहिले पुस्तक प्रकाशित झाले. या पुस्तकात त्यांनी जीवन आणि त्याचा उद्देश याबद्दल विस्तृत विवेचन केले आहे. या अंतर्गत त्यांनी जीवन जगण्याची शैली आणि जगण्याचा उद्देश यावर अधिक भर दिला. १९७७ मध्ये हे पुस्तक प्रकाशित झाले.

## 'टू नॉलेज'

'टू नॉलेज' हे त्यांच्या मृत्यूनंतर प्रकाशित झालेले दुसरे पुस्तक होय. या पुस्तकाचे प्रकाशन १९७८ मध्ये झाले.

## 'इंडियन रिलिजन्स'

१९७९ मध्ये डॉ. राधाकृष्णन यांनी लिहिलेल्या 'द इंडियन रिलिजन्स' नावाच्या पुस्तकाचे प्रकाशन झाले. हे पुस्तक भारतीय धर्मावर आधारित आहे. यामध्ये विविध धर्मांचा इतिहास, तत्त्वज्ञान आणि महत्त्व यावर प्रकाश टाकण्यात आला आहे.

## 'टुवर्डस अ न्यू वर्ल्ड'

डॉ. राधाकृष्णन यांनी लिहिलेले शेवटचे पुस्तक 'टुवर्डस अ न्यू वर्ल्ड' १९८० या वर्षी प्रकाशित झाले. आधुनिकतेच्या आंधळ्या स्पर्धेमध्ये सहभागी झालेल्या जगाला पाहून डॉ. राधाकृष्णन यांच्या मनात उलथा पालथ निर्माण झाली होती. जग आपली संस्कृती आणि सभ्यता यापासून उखडले जात होते, अशा परिस्थितीमध्ये डॉ. राधाकृष्णन यांनी आपली व्यथा शब्दांमध्ये व्यक्त करून कागदावर उतरवली. त्यांनी नव्या जगाकडे निघालेल्या पावलांना या परिवर्तनाचे कारण सांगितले.

डॉ. राधाकृष्णन यांनी आपले अनुभव आणि विद्वता शब्दांमध्ये व्यक्त करून पुस्तकांच्या माध्यमातून लोकांपर्यंत पोहचविले. भारतीय धर्म आणि संस्कृतीच्या संदर्भात त्यांचे विचार आणि तत्त्वज्ञान हा काही फक्त वाचण्याचा विषय नाही, तर त्याला आपल्या जीवनामध्ये अनुसरणे आवश्यक आहे. वर्तमान काळामध्येच ते माणसाच्या विचलित मनाला स्थीर करण्याचे आणि योग्य मार्गदर्शन करण्याचे स्त्रोत आहे.

## प्रकरण १५

# पद-प्रतिष्ठा आणि सन्मान

डॉ. सर्वपल्ली राधाकृष्णन असे थोर विचारवंत, विद्वान आणि तत्त्वज्ञ होते की ज्यांच्या जीवनामध्ये वेळोवेळी अनेक सन्मानित क्षण आले. कधी त्यांना एखाद्या महत्त्वाच्या पदावर प्रतिष्ठित करण्यात आले तर कधी पदवी देऊन सन्मानित करण्यात आले. त्यांच्या जीवनात वारंवार अशा संधी आल्या. अर्थात ते कधीही एखाद्या सन्मानाला किवा पदाला चिकटून राहिले नाहीत की, एखाद्या पदाला आपला अखेरचा पडाव समजून त्यांनी आपल्या कामाचा शेवट केला नाही. ते सदैव एखाद्या जिज्ञासू आणि मुमुक्षू व्यक्तीप्रमाणे सतत पुढे जात राहिले. फक्त प्रसिद्धी मिळविणे हे काही त्यांच्या जीवनाचे ध्येय नव्हते, तर ज्ञानाचा अथांग सागर लोकांपर्यंत पोहचविणे होते.

राजकीय दृष्टिकोनातून पाहिले तर डॉ. सर्वपल्ली राधाकृष्णन खाली दिलेली प्रतिष्ठित आणि महत्त्वाची पदे मिळाली.

### प्रथम भारतीय राजदूत

१९४९ मध्ये भारताचे पहिले पंतप्रधान पंडित जवाहरलाल नेहरू यांनी डॉ. राधाकृष्णन यांना भारताचे पहिले राजदूत म्हणून पद आणि सन्मान दिला. भारताचे पहिले राजदूत म्हणून त्यांची नियुक्ती सोव्हियत संघामध्ये करण्यात आली. या पदावर ते १९५२ पर्यंत राहिले.

## पहिले भारतीय उपराष्ट्रपती

स्वातंत्र्य मिळाल्यानंतर भारतीय संविधानाची निर्मिती करण्यात आली. त्या अंतर्गत उपराष्ट्रपतीपद निर्माण करण्यात आले. १९५२ मध्ये डॉ. राधाकृष्णन यांना भारताचे पहिले उपराष्ट्रपती होण्याचा सन्मान मिळाला. त्यांचा कार्यकाळ पाच वर्षांचा होता. त्यानंतर १९५७ मध्ये ते सलग दुसऱ्यांदा या पदासाठी निवडण्यात आले. अशा प्रकारे ते १९५२ पासून १९६२ पर्यंत सलग दहा वर्षे या पदावर राहिले.

## भारताचे राष्ट्रपती

१९६२ हे वर्ष डॉ. राधाकृष्णन यांच्या जीवनात महत्त्वाचा क्षण घेऊन आले. या वर्षी ते भारताचे पहिले नागरिक निवडण्यात आले. म्हणजेच डॉ. राजेंद्र प्रसाद यांच्या नंतर राष्ट्रपतीपदासाठी सर्वसमंतीने त्यांची निवड करण्यात आली. या निवडणुकीमध्ये ते आपल्या विरोधकाचा जोरदार मतांनी पराभव करून निवडून आले. ते १९६२ पासून १९६६ पर्यंत या पदावर राहिले.

डॉ. राधाकृष्णन यांनी वरील सर्व पदे राजकीय जीवनापासून दूर राहत आपल्या विद्वतेच्या बळावर मिळविली होती. ते कधीही कोणत्याही राजकीय पक्षाचा भाग झाले नाहीत की कोणत्या राजकीय पक्षात सहभागी झाले नाहीत.

या शिवाय खालील विद्यापीठाच्या वतीने त्यांना 'डॉक्टरेट' या पदवीने सन्मानित करण्यात आले.

## तेहरान विद्यापीठ

१९६३ मध्ये तेहरान विद्यापीठाने राधाकृष्णन यांना त्यांच्या विद्वतेसाठी 'डॉक्टरेट' या पदवीने सन्मानित केले. तेव्हापासून ते डॉ. राधाकृष्णन म्हणून ओळखले जाऊ लागले.

## त्रिभूवन विद्यापीठ

साहित्य क्षेत्रातील अमूल्य योगदानासाठी १९६३ मध्ये नेपाळच्या त्रिभूवन विद्यापीठाने डॉ. राधाकृष्णन यांना 'डॉक्टरेट ऑफ लिटरेचर' या पदवीने सन्मानित केले.

## पेनेसिलव्हानिया विद्यापीठ

१९६३ मध्येच पेनेसिलव्हिानिया विद्यापीठाने डॉ. राधाकृष्णन यांना 'डॉक्टरेट ऑफ लॉ' या पदवीने सन्मानित केले. अशा प्रकारे फक्त एकाच वर्षात तीन जागतिक पातळीवरील विद्यापीठांनी राधाकृष्णन यांना डॉक्टरेट पदवी दिली.

## मॉस्को विद्यापीठ

डॉ. राधाकृष्णन भारताचे पहिले राजदूत म्हणून मॉस्कोमध्ये कार्यरत होते. तिथे त्यांची विद्वता, तत्त्वज्ञान आणि विचारांनी सर्व रशियन बुद्धिजीवी प्रभावित झाले होते. यामुळेच १९६४ मध्ये रशियातील प्रसिद्ध मॉस्को विद्यापीठाने डॉ. राधाकृष्णन यांना आमंत्रित करून डॉक्टरेटची पदवी दिली.

## नॅशनल विद्यापीठ

डॉ. राधाकृष्णन इतके प्रसिद्ध बुद्धिजीवी होते की जगातील प्रत्येक काना कोपरा त्यांच्या नावाला चांगल्या प्रकारे ओळखत होता. त्यांची प्रसिद्धी सर्वत्र पसरली होती. याचाच परिणाम म्हणून आयरलँड मधील नॅशनल विद्यापीठाने डॉ. राधाकृष्णन यांना 'डॉक्टर ऑफ लॉ' या पदवीने सन्मानित केले.

याशिवाय लंडनमधील ऑक्सफर्ड विद्यापीठानेही अनेक वेळा डॉ. राधाकृष्णन यांना अनेक महत्त्वाच्या पदांनी आणि पदव्यांनी सन्मानित केले. ते त्यांच्या जीवनातील संस्मरणीय क्षण ठरले. ऑक्सफर्डमधून इतका सन्मान मिळविणारे ते एकमेव भारतीय होते.

डॉ. राधाकृष्णन यांचे व्यक्तिमत्त्व इतके विराट होते की लोक त्यांना सन्मानित करण्यात आपल्याच सन्मान समजत असत. थोर विचारवंत आणि बुद्धिजीवी सोबत आपले नाव जोडले जावे असे कोणाला वाटणार नाही? याच कारणामुळे विविध विद्यापीठांमध्ये आणि संस्थांमध्ये त्यांना सन्मानित करण्याची जणू काही स्पर्धा लागली होती. डॉ. राधाकृष्णन यांचे सहकार्यपूर्ण आणि मार्दवपणे वागणे, त्यांना प्रत्येक आमंत्रण स्वीकारण्यासाठी भाग पाडीत असे. कोणाली नाही म्हणणे जणू काही ते शिकलेच नव्हते. ते आमंत्रण देणाऱ्याचे प्रेम आणि भावना नेहमी लक्षात ठेवीत असत.

शिक्षणाच्या क्षेत्रामध्ये डॉ. राधाकृष्णन यांचे योगदान अविस्मरणीय आणि अदभूत राहिले आहे. या अंतर्गत त्यांनी केलेले कार्य आजच्या शिक्षण पद्धतीतही लागू आहे. वास्तविक पाहता त्यांची सुरूवातीची ओळख एक शिक्षक म्हणूनच होती. शिक्षकाचे काम करीत असतानाच त्यांनी प्रसिद्धीचे शिखर सर केले. शिक्षणाचे व्यापक स्वरूप ही त्यांचीच देणगी आहे. या क्षेत्रामध्ये त्यांनी अनेक प्रकारचे यश मिळविले.

सर्वप्रथम १९०९ मध्ये ते मद्रासच्या प्रेसिडेन्सी कॉलेजमध्ये मल्याळमचे शिक्षक म्हणून नियुक्त झाले. इथूनच त्यांच्या शिक्षकी जीवनाला सुरूवात झाली. त्यानंतर दरवर्षी ते यामध्ये प्रगती करीत राहिले. या दरम्यान ते अनेक प्रतिष्ठीत पदांवर विराजमान झाले. त्याचे वर्णन खालीलप्रमाणे आहे-

## १९१८

या वर्षी राधाकृष्णन म्हैसूर विद्यापीठात तत्त्वज्ञानाचे प्रोफेसर म्हणून नियुक्त झाले. ते या पदावर १९२१ पर्यंत कार्यरत राहिले.

## १९२१

आशुतोष मुखर्जींच्या निमंत्रणानुसार म्हैसूर विद्यापीठानंतर ते १९२१ मध्ये कलकत्त्याला गेले. येथील विद्यापीठामध्ये ते तत्त्वज्ञानाचे प्रोफेसर नियुक्त झाले. १९३१ पर्यंत त्यांनी या विद्यापीठामध्ये शिकविण्याचे काम केले. त्यानंतर १९४४ मध्ये ते पुन्हा या विद्यापीठात प्रोफेसर म्हणून कार्य करू लागले.

## १९३१

१९३१ मध्ये राधाकृष्णन यांनी आंध्र विद्यापीठामध्ये प्रोफेसर म्हणून पदभार सांभाळला. काही काळानंतर रेड्डी यांच्या आग्रहानुसार ते आंध्र विद्यापीठाचे कुलगुरू झाले. याशिवाय ते एकाच वेळी अनेक पदावर वेगवेगळे कार्य करीत होते. १९३२ मध्ये राधाकृष्णन यांना लंडन येथील ऑक्सफर्ड विद्यापीठामध्ये प्रोफेसर म्हणून नियुक्त करण्यात आले. तिथे ते वेळोवेळी आपली सेवा देत राहिले.

## १९४२

या वर्षी पंडित मदन मोहन मालविय यांच्या आग्रहानुसार महात्मा गांधींनी डॉ.

राधाकृष्णन यांना वाराणसीला आमंत्रित केले. त्यांना काशी हिंदु विद्यापीठाच्या कुलगुरूपदी विराजमान केले.

**१९४६**

१९४६ ते १९५० च्या दरम्यान राधाकृष्णन अनेक वेळा भारताच्या वतीने युनेस्कोमध्ये भारतीय गटाचे नेते म्हणून सहभागी झाले. तसेच तिथे आयोजित सांस्कृतिक कार्यक्रमात त्यांनी हिरिरीने सहभाग घेतला.

**१९४८**

स्वातंत्र्य मिळाल्यानंतर १९४८ मध्ये भारत सरकारच्या वतीने स्थापन करण्यात आलेल्या विद्यापीठ आनुदान आयोगाच्या अध्यक्षपदी राधाकृष्णन यांना नियुक्त करण्यात आले. त्यांनी या पदाची जबाबदारी अतिशय प्रतिष्ठेतेने आणि निष्ठेने सांभाळली.

**१९५२**

या वर्षी सर्वसंमतीने त्यांना युनोस्कोच्या अध्यक्षपदी निवडण्यात आले. अशा प्रकारचा सन्मान मिळविणारे ते पहिले भारतीय होते.

**१९५४**

हे वर्ष डॉ. राधाकृष्णन यांच्या सन्मानार्थ अमाप वृद्धी करणारे ठरले. या वर्षी त्यांनी भारत सरकारचा सर्वोच्च सन्मान 'भारत रत्न' ने सन्मानित करण्यात आले.

**१९६२**

या वर्षी डॉ. राधाकृष्णन यांना 'फेलोशिप ऑफ द ब्रिटन ॲकाडमी' या पदवीने सन्मानित करण्यात आले. याच वर्षी ते कलकत्ता विद्यापीठाच्या वतीने अमेरिकेतील हॉवर्ड विद्यापीठात तत्त्वज्ञानाचे प्रवक्ते म्हणून नियुक्त झाले.

याशिवाय डॉ. राधाकृष्णन अनेक पदांवरही प्रतिष्ठित राहिले. वर्ष १९३७-३८ मध्ये लखनौमध्ये झालेल्या अशियायी शिक्षण संमेलनाच्या अधिवेशनात ते अध्यक्ष म्हणून सहभागी झाले.

भारताचे दुसरे राष्ट्रपती : डॉ. सर्वपल्ली राधाकृष्णन

एका महिला मंडळासमवेत डॉ. राधाकृष्णन

लोक कलावंतासमवेत डॉ. राधाकृष्णन आणि पं. जवाहरलाल नेहरू

तीन फोटो :
विविध समारंभामध्ये व्याख्यान देतांना
आणि ऐकताना डॉ. राधाकृष्णन

पाहुण्यांचे स्वागत करताना
डॉ. राधाकृष्णन

नेहरूजींसोबत एका स्वागत
समारंभात डॉ. राधाकृष्णन

एका सैन्य तुकडीकडे ध्वज
सोपविताना डॉ. राधाकृष्णन

नेहरूजी, डॉ. राजेंद्र प्रसाद आणि डॉ. राधाकृष्णन एका समारंभात एकत्र आलेले

नेहरूजींसोबत एका कला प्रदर्शनात डॉ. राधाकृष्णन

## एक बहुमुखी प्रतिभेचे व्यक्तिमत्त्व डॉ. राधाकृष्णन: एक शिक्षक, एक चिंतक, एक राष्ट्रभक्त आणि एक सत्यवादी नागरिक

नेहरूजींसोबत डॉ. राधाकृष्णन

सैन्य कवायतीचे निरीक्षण करताना डॉ. राधाकृष्णन

# एक साधे व्यक्ती डॉ. राधाकृष्णन आणि त्यांचे एक सोपे पत्र

EMBASSY OF INDIA.
MOSCOW.

24th December 195[illegible]

My dear Professor Schilpp,

I have your letter in which you ask me to make my introductory account a little more autobiographical than it is at present. I have added a few details but I do not think that you will be satisfied. Kindly forgive me.
I am not persuaded that the events of my life are of much interest to the readers of this volume. Besides, there is a sense in which our writings, though born out of ourselves, are worth more than what we are. We take much trouble about them even as devoted parents do with their children. As for the emotions and desires, which make life exciting and interesting, how many of us look straight into our souls?

I am now at work on the Reply to Critics and shall send it to you when all the papers reach me.

With admiring and grateful regards,

S. Radhakrishnan

# प्रकरण १६

# राधाकृष्णन आणि मानवतावाद

कोणत्याही तत्त्वज्ञानाची सुरूवात शून्यातून होत नाही. त्याच्या उत्पत्तीमागे राजकीय, सामाजिक, धार्मिक किंवा आर्थिक कोणती ना कोणती पार्श्वभूमी आवश्यक असते. त्याच्या निर्मितीमध्ये युगातील परिस्थितीची विशेष भूमिका असते; पण त्याच्या बरोबरच तत्त्वज्ञविषयक परिस्थिती आणि तत्त्वज्ञाची स्वतःची मनोवृत्तीही महत्त्वाचा घटक असते. राधाकृष्णन यांच्या मानवतावादी दृष्टिकोनाबद्दलही ही गोष्ट सत्य अनुभवयाला येते. एका बाजूला जिथे तत्कालिन काळातील प्रभावशाली वैशिष्ट्ये आणि परिस्थिती त्यांच्या तत्त्वज्ञानाचा आधार असते, तर दुसऱ्या बाजूला त्यांच्या स्व मनोवृत्तीही यामध्ये केंद्रिय भूमिका बजावते. या विषयी राधाकृष्णन यांनी म्हटलेही आहे की, 'माझ्या विचारांचे अनेक स्त्रोत आहेत. पण त्याचबरोबर माझी अंतः अनुभूतीही एक महत्त्वाचा स्त्रोत आहे. हे फक्त अभ्यास केल्यामुळे किंवा वाचल्यामुळे झाले नाही तर ते आध्यात्मिक अनभूतितून निर्माण झाले आहे.'

डॉ. राधाकृष्णन यांचे मानवतावादी तत्त्वज्ञान माहीत करून घेण्यापूर्वी त्यांच्या खाली दिलेल्या मूळ कारणांची आणि स्त्रोतांची माहिती करून घेणे आवश्यक आहे.

**युग आणि युगातील परिस्थिती**

मूलतः समकालीन भारतीय तत्त्वज्ञान मोठ्या प्रमाणात दोन युगांमध्ये विभाजित केले आहे- स्वातंत्र्या पूर्वीचे युग आणि स्वातंत्र्यानंतरचे युग. या अंतर्गत इ.स. १८२८ पासून १९५२ पर्यंतचा काळ स्वातंत्र्यापूर्वीचे युग समजले आहे, तर १९५२ पासून आजपर्यतचा काळ स्वातंत्र्यानंतरचे युग समजले जाते. यामध्ये १९३६ पासून १९५२ पर्यंतचा काळ 'डॉ. राधाकृष्णन यांचे युग' समजला जातो. हा काळ राधाकृष्णन यांच्या

जीवन तत्त्वज्ञानाचे सुवर्ण युग आहे. त्यांच्या तत्त्वज्ञानातील सृजनात्मक बाजू याच काळात समोर आली. स्वातंत्र्य मिळाल्यानंतर सतत उच्च पदावर राहण्याचा सन्मान त्यांना मिळाला. याच्या परिणामी त्यांच्या तत्त्वज्ञविषयक जीवनात एक स्वभाविक परिवर्तन आले. त्यांच्या तत्त्वज्ञानात त्यामुळे कधी मधी थोडासा विरोध नक्कीच झाला, पण त्याचा अर्थ असा होत नाही की त्यामुळे त्यांच्या तत्त्वज्ञविषयक चिंतनाला पूर्ण विराम मिळाला. डॉ. राधाकृष्णन स्वातंत्र्याच्या पूर्व काळातील तत्त्वज्ञ म्हणून स्पष्टपणे समोर आले हे स्पष्ट आहे. दुसरे सत्य असेही आहे की स्वातंत्र्य पूर्व काळातील भारत आणि जगातील तत्कालिन परिस्थितीने त्यांच्या तत्त्वज्ञानासाठी योग्य पार्श्वभूमी निर्माण केली.

एका बाजूला मानवी संस्कृतीच्या इतिहासामध्ये विज्ञानाचे आश्चर्यकारक यश आणि तंत्रज्ञानाच्या अभूतपूर्व विकासामुळे या युगाला विशेष महत्त्व आहे. तसेच दुसऱ्या बाजूला हेही सत्य आहे की, विघटनकारी शक्तीच्या उदयामुळे हे मानवी पतनाचे युगही समजले जाते. वास्तविक पाहता हे युग म्हणजे आशा आणि निराशा यांच्या दरम्यान हिंदोळे घेणारे एक संक्रमणशील युग होते. एका बाजूला देश ब्रिटिश साम्राज्याच्या जोखडात अडकलेला होता, तर दुसऱ्या बाजूला राष्ट्रवाद आणि साम्राज्यवादाचे रक्तरंजीत छावे जागतिक शांततेसाठी अडसर बनत होते. जिथे एका बाजूला शक्ती आणि उन्मादाने जगाला शत्रूत्त्व आणि स्फोटाच्या काळ्या ढगांनी वेढून टाकले होते तर दुसऱ्या बाजूला त्याने जडवादी, भोगवादी आणि राष्ट्रवादी दृष्टिकोनातून विकृती, अमानुषता, आणि विध्वंस यांच्या अशा कॅंसरला जन्म दिला होता, की त्याचे प्राणघातक कीटक मानवतेच्या सर्व सार्थक मूल्यांना गिळकृंत करीत होते. मानवता विनाशाच्या दिशेने आग्रेसर झाली होती. चहु बाजूला अराजकता, अशांती, अव्यवस्था, अनीती, अत्याचार आणि कुसाम्राज्याचे शोषण पसरलेले होते.

अशा युगाच्या विध्वंसक स्थितीमुळे जखमी होऊन डॉ. राधाकृष्णन यांनी म्हटले आहे, ''आपण मानवजातीच्या सर्वाधिक निराशापूर्ण काळात राहत आहोत. मानवी इतिहासातील दुसऱ्या कोणत्याही काळात लोकांच्या डोक्यावर इतके मोठे ओझे नव्हते. किंवा ते इतक्या य़ंत्रणापूर्ण अत्याचार आणि मनोवेदनामुळे त्रास करून घेत नव्हते. आपण अशा जगामध्ये जगत आहोत, ज्याचा विषाद सर्वव्यापी आहे. पंरपरा, संयम आणि स्थापन करण्यात आलेली कायदा आणि सुव्यवस्था आश्चर्यकारकरित्या शिथील झाली आहे. जे विचार कालपर्यंत सामाजिक सभ्यता आणि न्यायामध्ये अविच्छेदेय समजले जात होते, जे अनेक शतकांपासून लोकांना आचरणाचे निर्देशन आणि शिस्त यासाठी समर्थ होते, आज वाहून गेले आहेत. हे जग गैरसमज, कटुता आणि संघर्षाने छिन्न-भिन्न झाले आहे. सर्व वातावरण संशय, अनिश्चितता आणि भविष्यातील अव्यक्त भीतीने भरले गेले आहे.'

डॉ. राधाकृष्णन यांच्या या कथनावरून स्पष्ट आहे की, त्यांची वेदना फक्त एका गुलाम भारतवासीयांची नव्हती. म्हणजेच अनेक शतकांपासून गुलामीमुळे निष्प्राण झालेल्या भारताच्या दुरावस्थेमुळे व्यथित नव्हते, तर त्यांची वेदना ही संपूर्ण जगाची व्यथा होती. भारतीय असल्यामुळे भारताच्या वेदनेमुळे व्यथित होणे, त्यांच्यासाठी स्वाभाविक होते, पण सत्य हे आहे की त्यांनी कधीही आपला दृष्टिकोन फक्त भारतापुरता मर्यादित ठेवला नाही. हेच कारण आहे की एकीकडे त्यांनी इंग्रजांच्या अमानुष अत्याचाराला आपल्या हृदयात ठेवले आणि नागासकी आणि हिरोशिमावर झालेल्या बॉम्ब वर्षावानंतर झालेला प्रचंड नरसंहारही त्यांना व्यथित करून गेला. त्यांची ही अनुभूती त्यांच्या खालील कथनामध्ये स्पष्टपणे मांडली गेली आहे.

'आज आपण फक्त आपल्या देशातच नाही तर जगाच्या इतिहासात एका कठीण काळातून जात आहोत. वास्तवात आपण विनाशाच्या काठावर उभे आहोत. मूल्य विखुरले गेले आहेत आणि आदर्शांचा अभाव आहे. सर्व बाजूला पलायनवादी वृत्ती दिसत आहे. लोक मानसिक दुबळेपणाला बळी पडत आहेत. लोकांची या गोष्टीकडे नजर जाताच त्यांच्या मनामध्ये निराशा, लाचारी आणि कुंठेची भावना घर करू लागते. माणसाच्या आत्म्यामध्ये विश्वासाचा असा अभाव मानवी सन्मानाचा विरोधक आहे. मानवी स्वभावाचा अपमान आहे.'

तत्कालिन युगाच्या या विषादामध्ये सृजनात राजकीय, सामाजिक, आर्थिक आणि धार्मिक परिस्थिती विशिष्ट कारण आणि घटक झाली होती. याच परिस्थितीने राधाकृष्णन यांना मानवतावादी दृष्टिने उद्बोधन करण्याची पार्श्वभूमी प्रदान केली आहे.

### राजकीय परिस्थिती

डॉ. राधाकृष्णन यांच्या युगातील राजकीय स्थिती राष्ट्रीय आणि अंतरराष्ट्रीय पातळीवर मानवाच्या पराभवाची दुर्दैवी कथा आहे. देश अनेक शतकांपासून गुलामीच्या चरखात पिळला जात होता आणि आपले अस्तित्त्व कायम ठेवण्यासाठी तडफडत होता. त्यांच्या या तडफडीमध्ये एक तीव्र वेदना होती. जी इंग्रजांच्या बळजबरीच्या धोरणाचा परिणाम होती. इंग्रजांच्या राष्ट्रवादी धोरणाच्या अधिनिस्थ असलेल्या त्या स्थितीमध्ये देशांतर्गत स्वतंत्र लोकशाहीचा बोलबाला होता. देशवाशीयांच्या राजकीय अस्मितेवर विनाशाचे ढ़ग जमा झाले होते. लोकांना काही राजकीय अधिकार मिळत नव्हते की राजकीय समानता मिळत होती.

जागतिक रंगमंचावर तर स्थिती आणखी स्फोटक होती. सर्व जगामध्ये राष्ट्रवादाचे

वादळ घोंघावत होते. याच राष्ट्रवादाने या युगामध्ये हिटलर, मुसोलिनी आणि ताओजोला जन्म दिला होता. इथे लक्षात घेण्यासारखी गोष्ट अशी की ही स्थिती काही फक्त एका देशाची नव्हती. खरं तर हे संपूर्ण युगच राष्ट्रवादी झाले होते. याचा स्वाभाविक परिणाम असा होता की पूर्व आणि पश्चिमेकडील सर्व देशांमध्ये राष्ट्रीय अहंकाराच्या भावनेचे वादळ. या वादळामध्ये मानवी अस्मितेचे अपहरण केले जात होते. तसेच संपूर्ण मानवी जीवनाला राष्ट्रीय कार्यक्षमतेचे एकमेव उद्देश असलेले उपकरण बनविण्याचा प्रयत्न केला जात होता. इथे राष्ट्राला परमेश्वरी आणि दैवी स्वरूपात सादर केले जात होते. तसेच त्याच्या नावाखाली सत्ताधाऱ्यांच्या वतीने आत्महीत, प्रभूत्त्वाची लालसा आणि भौतिक अपेक्षांची पूर्तता केली जात होत. वास्तविक पाहता या युगामध्ये राजकारणाची नैतिकता आणि अनैतिकतेचे सर्व मापदंड विकृत करून टाकण्यात आले होते. या संदर्भात हिटलरचे एक वक्तव्य उल्लेखनीय आहे. जे स्वतः राधाकृष्णन यांनी त्या युगातील विकृत मापदंड सांगण्यासाठी आपले पुस्तक 'धर्म आणि समाज' मध्ये उदघृत केले आहे, "होऊ द्या आम्हाला दानव. आपण जर जर्मनीचे रक्षण करू शकलो, तर समजा की आपण जगातील सर्वात मोठे काम केले आहे. करू द्या आम्हाला चुकीचे काम. आम्ही जर जर्मनीचे रक्षण केले तर आपण जगातील सर्वात मोठी चूक मिटविल्यासारखे होईल. होऊ द्या आम्हाला अनैतिक. आपण जर आपल्या लोकांचे रक्षण करू शकलो तर समजा की आपण परत नैतिकतेची स्थापना करण्याचे दार उघडले आहे." वास्तविक पाहता राष्ट्रवादी धोरणाच्या अंतर्गत राजकारणाचे एकच ध्येय नक्की करण्यात आले होते आणि ते म्हणजे राष्ट्राला सर्वोच्च प्राथमिकता देणे. त्याच्या आधारे सत्ताधारी आपले हीत आणि प्रभूत्वाची प्रतिष्ठा जपत होते. इथे हा समज प्रभावी होता. तो म्हणजे 'फक्त एकच गोष्ट सत्य आहे जिला महत्त्व आहे, बाकी सर्व राजकीय, धार्मिक, आणि मानवतावादी गोष्टींची याच्या पुढे उपेक्षा करायला हवी.'

राधाकृष्णन यांनी आपल्या युगातील विध्वंसकारी स्वरूपात प्रभावी राष्ट्रवादाच्या वतीने दिलेली वेदना अनुभवली होती. याच अनुभवाने त्यांना राष्ट्रवाद हा मानवतेसाठी भयंकर विकार असल्याचे समजायला भाग पाडले होते. जी त्यांच्या मते युद्ध भडकवित असते. विश्व-कुटुंबाला भ्रष्ट करते तसेच परस्पर संबंधामध्ये विष घोळते. त्यांच्या दृष्टीने वास्तवात हे स्वार्थाचे सामुहिक स्वरूप आहे. इथे प्रत्येक राष्ट्र स्वतःला देवाचा लाडका, भविष्याचा निर्माता आणि मानव जातीचा शिक्षक असल्याचे सांगत आहे. प्रत्येक राष्ट्र आपली संस्कृती आणि जीवन पद्धती कायम ठेवण्यासाठी औचित्य सिद्ध करीत आहे. तेही अचेतन भावनेने. चेतन भाव नसेल तर आपल्या भावनांच्या रक्षणासाठी तर्क मांडतो तसेच त्या सर्वांविरूद्ध आक्रमकपणे वागतो, जो त्याची पद्धती अस्वीकार

करतो आणि दुसरी एखादी जीवन पद्धती स्वीकारण्यासाठी कटिबद्ध असतो.

या आक्रमक वागण्याचा परिणाम म्हणजे- निर्दयतेच्या अशा संस्कृतीचा वापर, ज्याचे वर्णन करणेही अवघड आहे. राधाकृष्णन यांच्याच शब्दात, 'बंदी शिबीर, सामुहिक निर्वासन, गॅस चेंबर, अणू बॉम्ब, अशा निर्दयतेच्या संस्काररितेचा वापर मानव जातीवर होत आहे, त्याचे वर्णन करणे अवघड आहे.'

वास्तविक पाहता राष्ट्रवादाच्या कुप्रभावामुळे युद्ध ही या युगातील त्रास झाला आहे. दुर्दैवाची गोष्ट अशी की दुसऱ्या महायुद्धाच्या विनाशकारी लीलानंतरही युद्धाची साखळी संपली नाही. राधाकृष्णन यांनी स्वतः असे मानले आहे की, दुसऱ्या महायुद्धानंतर आपण शीतयुद्धाच्या काळातून जात आहोत. हे युद्ध आहे, पूर्वग्रह, मत्सर आणि तिरस्काराच्या अंतर्निहित भावनांचे. याचा परिणाम राष्ट्रांच्या परस्परातील टकरावात होणार आहे. किंवा हे एक दुसऱ्यावर अधिकार मिळविण्याचा प्रयत्न करतील. त्यामुळे नक्कीच ते या जगाला एक खाटीकखाना करतील.

युगातील या स्फोटक राजकीय परिस्थितीने राधाकृष्णन यांना एका अशा राजकीय तत्त्वज्ञानाचे प्रणयन करण्याची प्रेरणा दिली, जे माणसाला गॅस चेंबर आणि अणू बॉम्बच्या विनाशकारी प्रभावामुळे विव्हळणाऱ्या जगाला बाहेर पडण्याचा मार्ग दाखवू शकेल. त्यांचे मानवतावादी तत्त्वज्ञान याचे मूर्त रूप आहे.

## सामाजिक परिस्थिती

डॉ. राधाकृष्णन यांच्या युगातील राजकीय स्थिती नाही तर सामाजिक स्थितीही शोचनीय होती. सर्व जगामध्ये अशांतता, सामाजिक अस्थिरता, अव्यवस्था आणि वंचनेचे नग्न नृत्य होत होते. समाजामध्ये सर्वत्र विघटन झाले होते. सर्व जग जाती, वंश, धर्म आणि वर्ण यामुळे खंडित होऊन विलुप्त होणाऱ्या मानवतेवर सत्ता गाजवित होते. दक्षिण अफ्रिकेमध्ये गोरे आणि काळयांचा वर्ण भेद जोरावर होता, तर आपल्या देशामध्ये सांप्रदायिक खंडन आणि जाती-भेद उसळला होता. अनेक शतकांपासूनच्या राजकीय पारतंत्र्यामुळे भारतीय समाजाचे स्वरूप विकृत झाले होते. राजकीय, धार्मिक आणि सामाजिक उत्पीडन आणि त्याचबरोबर आत्मबोधाच्या अभावामुळे भारतीयांमध्ये व्यापक प्रमाणात हीन भावना निर्माण झाली होती. हिंदु समाजाची स्थिती तर अतिशय शोचनिय झाली होती. आधी मुस्लिम आणि नंतर ब्रिटिश सत्तेमुळे निर्माण झालेली गुलामीची भावना यामुळे हिंदु समाज विकृतच झाला होता असे नाही, तर हिंदुंचे धार्मिक, नैतिक आणि आध्यात्मिक मापदंडही विकृत झाले होते. धर्म, समाज आणि सामान्य जनजीवनात पराधिनतेच्या काळया घटनांमुळे जी आपत्ती, विपत्ती आणि

अभिशापाची विफळ वृष्टी झाली त्यामुळे लोकांमध्ये दुःख-वेदना वाढली. धर्माच्या नावावर फसवणूक, कर्मकांड, नैतिकतेच्या नावावर मिथ्या आणि मूढ विश्वासांचे प्रचलन तसेच सुसंगत सामाजिक विधानाच्या ऐवजी वर्जना आणि नियंत्रण हा या युगातील सर्वात मोठा त्रास होता. लोकांचे चिंतन इतके विकारग्रस्त आणि दृष्टीहीन झाले होते की वैचारिक उदारपणाच्या जागी कट्टर संकुचितपणा आणि अनुदार भावनांचा प्रसार झाला होता. परिणामी समाजामध्ये बाल विवाहाचे प्रचलन, स्त्रियांच्या शिक्षणावर बंदी, त्यांच्या स्वातंत्र्याचे अपहरण, विधवा विवाहावर प्रतिबंध, बहु विवाहाला मान्यता, शासकीय बंदी असली तरीही सत्ती प्रथेला प्रोत्साहन देणे, हुंड्याची प्रथा यासारख्या सामाजिक कुप्रथांच्या माध्यमातून स्त्रियाविरूद्ध अमर्याद अत्याचार सुरू झाले होते. जाती भेद, वर्ण भेदाला बढावा मिळाला होता. ज्याचा अपरिहार्य परिणाम म्हणून शेकडो जाती आणि उपजाती संकुचित बंधनामध्ये बांधून विखुरल्या गेल्या. या युगामध्ये वर्ण भेद आपल्या शिखरावर पोहचला होता. दलित वर्ग अमर्याद अत्याचारामुळे पीडित झाले होते. त्यांच्यावर घाणेरडी कामे सोपविण्यात आली होती. त्यांना काहीही सामाजिक प्रतिष्ठा नव्हती की समाजामध्ये त्यांना काही अस्तित्त्व नव्हते. उच्च वर्गीय जातींचे त्यांच्या सोबत खाणे-पिणे, उठणे-बसणे, इतकेच नाही तर स्पर्श करणेही निषिद्ध होते. त्यांच्यासाठी देव दर्शन वर्ज्य करण्यात आले होते. या वर्ण भेदाला एक ऐतिहासिक आधार होता. पण काळाच्या विकासात या युगामध्ये ते सर्व अशा एका विकृतीच्या स्वरूपात समोर आले होते, ज्याने संपूर्ण समाजाची परंपरा संकुचित पंजामध्ये जखडून टाकली होती. इथे पं. जवाहरलाल नेहरू यांचे हे विचार प्रासंगिक आहेत की, 'ती (वर्ण व्यवस्था) एका विशेष युगातील परिस्थितीमध्ये निर्माण झाली होती. पण दुर्दैवाने तिचा विकास अशा प्रकारे झाला की ती समाजासाठी आणि मानवी मेंदूसाठी एक तुरूंग झाली.'

डॉ. राधाकृष्णन आपल्या युगातील ही अडचण चांगल्या प्रकारे ओळखून होते. युगातील या संकटाने त्यांना मानवतावादी तत्त्वज्ञानासाठी पार्श्वभूमी प्रदान केली. सर्व माणसांना एकसारखे समजण्याची त्यांची अंतचेतना त्यांना वर्ण आणि जाती भेदाच्या विरूद्ध तिखट प्रतिक्रिया व्यक्त करण्यासाठी केली. त्याचे मूर्त स्वरूप आपल्याला त्यांच्या या कथनामध्ये आढळून येते, 'जाती भेद एक सामाजिक अभिशाप आहे. तसेच ते विश्व बंधुत्वाच्या भावने विरूद्ध आहे.' त्यांचे असे मानने होते की, जाती व्यवस्थेच्या विकासाचा ऐतिहासिक आधार काहीही असला तरीही मानव प्राणी आत्माचे एक स्फुलिंग परमेश्वराचा किरण आहे, या प्राचीन उपनिषदातील महान आदर्शांना अपमानित केले आहे. यानंतरही आपण लोकांना वेगळे करणाऱ्या प्रस्तर भिंतीचे निर्माण केले

आहे. तसेच कोणाला उच्च आणि कोणाला नीच बनविले आहे. आपण लोकांचे मन अपंग आणि त्यांचे जीवन संकुचित केले आहे. आपल्या समाजातील वर्जना आणि निषेध मानवात्म्याची धारणा करतात आणि त्याला तोडून टाकतात. या कामासाठी आपली रुढीवादिता आपल्याला प्रेरित करीत असते. कारण की आपण त्याला गाढ प्रज्ञेची अभिव्यक्ती म्हणून आपल्या अंधविश्वासाचे समर्थन करतो. राधाकृष्णन यांच्या मानवतावादी दृष्टीचे समर्थन याच विषादयुक्त परिस्थितीमध्ये प्रभावी सामाजिक कुप्रथांच्या विरोधात झाले आहे. आपल्या मानवतावादी ध्येयाच्या पूर्ततेमध्ये त्यांनी स्पष्टपणे असे सांगून टाकले आहे की, 'आपण ज्या आत्मवंचनेमुळे स्वतःला छन्न-विछिन्न करतो, त्यापासून आपल्याला सुटका मिळवावीच लागेल.' म्हणजेच मानवतावादी दृष्टिकोन नक्कीच मिळवायचा असेल तर आपल्याला या दऱ्या अधिक रुंद करण्याऐवजी बुजवाव्या लागतील. आपल्याला माणसाला माणसापासून वेगळे करणाऱ्या त्या भिंती तोडून टाकाव्या लागतील. राधाकृष्णन यांनी हा स्पष्टपणे इशारा दिला आहे की, हे सर्व सामाजिक वाईटपणापुरतेच मर्यादित राहिले तर एक राजकीय आणि प्रशासकीय वाईटपणाही त्यातून निर्माण होईल. कारण तेव्हा जातीगत निष्ठांचा वापर राजकीय सत्ता आणि प्रशासकीय सूत्रे ताब्यात घेण्यासाठी केला जाईल. राधाकृष्णन यांचा हा इशारा आज फक्त आपल्या देशातच नाही तर संपूर्ण जगामध्ये साकार स्वरूपात आपली यथार्थतात सिद्ध करीत आहे. राजकीय सत्ता मिळविण्यासाठी राजकीय नेते या सामाजिक वाईट स्थितीचा स्वच्छंदपणे राजकीय हत्यार म्हणून वापर करीत आहेत. परिणामी माणूस माणसापासून दुरावला जात आहे. देशाची स्थिती तर अधिकच वाईट झाली आहे. पुढारलेल्या आणि मागास जातीच्या मध्ये निर्माण केलेली ही भिंत माणसाला माणसाचा वैरी करीत आहे. कोणीही आपले राहिले नाही.

## आर्थिक परिस्थिती

डॉ. राधाकृष्णन यांच्या मानवतावादी तत्त्वज्ञानाला त्यांच्या युगातील आर्थिक परिस्थितीची पार्श्वभूमी मिळाली आहे. तत्कालिन युगामध्ये राष्ट्रीय आणि अंतरराष्ट्रीय दोन्हीही क्षेत्रांची आर्थिक अवस्था शोचनीय होती. तेव्हा आर्थिक व्यवस्थेचा नियामक म्हणून भांडवली अर्थव्यवस्था प्रचलित होती. या भांडवली व्यवस्थेने सर्व भांडवलावर भांडवली लोकांचा पूर्ण अधिकार स्थापित केला होता. तसेच कामगारांचे आर्थिक शोषण करून त्यांना विपन्नावस्थेला पोहचविण्यात आले होते. विज्ञानाच्या प्रभूत्वाच्या स्थापना आणि तंत्रज्ञानाचा विकास तसेच कामगारांचे हातांसोबत यांच्या असंमजाने आर्थिक शोषणाच्या जळत्या आगीत तेल ओतण्याचे काम केले. वास्तविक पाहता हे

युग पूर्णपणे एक यांत्रिक युग झाले होते. परिणामी माणसाच्या कार्यक्षमतेचा ऱ्हास झाला. कामगार लोक आर्थिक शोषणाला बळी पडले. त्यामुळे समाजावर आर्थिक विपन्नतेचे काळे ढग जमा झाले होते.

देशाची (भारताची) स्थिती तर अधिकच दयनीय होती. इंग्रजांच्या कूटनीतीने पारतंत्र्यातील भारताची मनासारखी लूट करून त्याला आर्थिक दिवाळखोरीच्या काठावर आणून ठेवले होते. आपल्या भांडवली धोरणाचा विस्तार आणि आपल्या उत्पादनाची भारतात विक्री करण्याच्या उद्देशाने इंग्रजांनी येथील कुटीर उद्योग पूर्णपणे उखडून टाकले होते. अल्प आर्थिक स्त्रोत म्हणजेच शेतीसाठी आधुनिक उपकरणांचा अभाव, निसर्गाचा कोप आणि सर्वांच्या वर इंग्रजांच्या निष्ठूरतेचे प्रतिनिधी म्हणून जमिनदारांचे निर्दयीपणे वागणे, यामुळे समाज मृतप्राय झाला होता. तत्कालिन युगामध्ये भारताची दुःस्थिती आणि सामान्य माणसाची असाह्यता याचे मर्मस्पशी चित्रण पं. जवाहरलाल नेहरूंच्या या कथनामध्येही व्यक्त होते. सतत शोषणाची निर्दय प्रक्रिया यामुळे आपली गरिबी हळूहळू वाढत होती. आपली शक्ती वाया जात आहे. सुधारणा आणि भारतीय करणाच्या मोठमोठ्या गप्पा मारणे आपलेच हासे करून घेणे आणि अपमान करून घेणे होते. आपण लोक एक असाह्य नाव झालो होतो.

पण आपण काय करू शकत होतो, ही कुटनीती कशी रोखू शकतो? असे वाटत होते की कोणत्याही सर्व शक्तिमान राक्षसाच्या ताब्यात आपण असाह्य आहोत. आपल्या शरीराच्या अवयवांना पंगत्त्व मिळाले आहे. आपला मेंदू मृतप्राय झाला आहे. सत्य हे होते की या युगामध्ये प्रत्येक व्यक्ती शोषित होता. शेतकरी वर्ग दास झाला होता, त्यांच्यावर जमिनदारांची भीती होती. कारखान्यातील कामगारांची स्थितीही फारशी चांगली नव्हती. मध्यम वर्ग आणि सुशिक्षित लोक, ज्यांच्याकडून या अंधाऱ्या वातावरणात प्रकाशाची अपेक्षा व्यक्त केली जात होती. तेच स्वतः या आंधारात बुडाले होते. वास्तवात काही प्रमाणात त्यांची अवस्थाही सर्वामध्ये दयनीय होती. कारण शिकलेल्या लोकांची एक खूप मोठी संख्या हाताला कोणतेही काम नसल्यामुळे आणि काहीही शास्त्रीय कौशल्य जमत नसल्यामुळे हालाखीत होती. परिणामी त्यांनी बेकार आणि लाचार लोकांची संख्या वाढविली होती. हे लोक आर्थिक विपन्नतेच्या दलदलीमध्ये आणखी खोल फसत चालले होते. तेव्हाची स्थिती अशी होती की शेतकरी शेतात अन्न धान्य उत्पादन करीत होते, पण स्वतः मात्र उपाशी होते. त्यांचा विशेष गुण असाही होता की आपल्या वातावरणाच्या विरूद्ध त्यांना सहन करणे येत होते. त्यामुळे गरीब आणि उपाशी असले तरीही त्यांच्यामध्ये शांततेची एक विशेष शान होती, सर्वशक्तिमान

भाग्याच्या समोर मान वाकविण्याची भावना होती. मध्यमवर्गिय माणसे तर आपल्या परिस्थितीशी वाईटपणे संघर्ष करीत होते. रिवाजांच्या ओझ्याखाली दबलेले असल्यामुळे ते जन्मापासून जुने होते, पण त्यांच्यामध्ये जुन्या संस्कृतीचा अभाव होता. आधुनिक प्रगती त्यांना आकर्षित करीत होती, पण त्यामध्ये त्यांचे अंतर्गत तत्त्व, आधुनिक, सामाजिक आणि वैज्ञानिक चेतनेचा अभाव होता. ते पाश्चात्यांची अयशस्वी आणि कृत्रिम नक्कल करीत होते. अशा प्रकारे मन आणि शरीराची सुरक्षितता यासाठी वेड्यासारखे कुठे तरी पाय ठेवण्याची जागा शोधीत होते, पण त्यांना तशी जागा मिळत नव्हती. परिणामी लोक भारतीय जीवनाला अंधाराच्या सागरात निराधार लोकांप्रमाणे निरुद्देश पोहत होते.

तत्कालिन युगामध्ये देशातील लोक इतरे असाह्य होते की गरिबी आणि पारतंत्र्याच्या या दलदलीमध्ये जे पूर्ण भारताला आपल्याकडे ओढत होते. बाहेर पडण्यासाठी स्वतःला असमर्थ समजत होते. जवाहरलाल नेहरू यांच्या शब्दात सांगायचे तर, ‘उत्तेजना, त्रास आणि गोंधळ काही वर्षांपासून नाही तर अनेक पिढ्यांपासून भारतीय लोकांनी आपले रक्त आणि घाम गाळून वारशामध्ये मिळविली होती. हिंदुस्थानच्या शरीर आणि आत्म्यामध्ये ही प्रक्रिया अतिशय खोलवर घुसलेली होती. त्याने आपल्या जीवनातील प्रत्येक पैलूमध्ये विष घोळले होते. हे सर्व त्या आजारासारखे होते, जे नसा, नाडी आणि फुफ्फुसांचा विनाश करते. ज्यामध्ये मृत्यू हळूहळू पण नक्कीच येतो.’ राधाकृष्णन आपल्या युगातील आर्थिक विकारांपासून पूर्णपणे परिचित होते. प्रत्येक भारतीयांसाठी असाह्य झालेल्या त्या आर्थिक वेदनेमुळे आणि आर्थिक शोषणाच्या विरूद्ध उभे राहण्यासाठी त्यांच्या मानवतावादी दृष्टिकोनाला चेतना प्रदान केली होती.

## धार्मिक परिस्थिती

राजकीय, सामाजिक आणि आर्थिक परिस्थितीनुसार या युगातील धार्मिक परिस्थितीही अतिशय विस्फोटक होती. हे पूर्ण युगच धार्मिक संकुचितपणाने घेरलेले होते. या युगामध्ये धर्माला अंतरिक आणि बाह्य अशा दोन्ही वज्राघातांचा सामना करावा लागत होता. अंतिरक वज्राघातामुळे धर्माची व्यापकता कमी होऊन त्याला सांप्रदायिकतेचा संकुचितपणा प्रदान केला जात होता. ज्याचा दुष्परिणाम होता- सांप्रदायिकता आणि शत्रुत्त्व. सांप्रदायिक उन्माद तर संपूर्ण जगावर स्वार झाला होता. त्याचा परिणाम म्हणून संपूर्ण जग अवनीतीच्या दिशेने अग्रेसर झाले होते. राधाकृष्णन यांनी याच्या पुष्टीदाखल, स्पष्ट शब्दात म्हटले आहे की, ‘आमच्या युगामध्ये असहिष्णुता आणि कट्टरतेची चलती राहिली आहे. आपण अनम्य, कठोर आणि मदांध झालो आहोत.

हेच अवनीतीचे कारण आहे.' बाह्य वज्राघातामुळे धर्माचे स्थानापन्न आदर्शाच्या स्वरूपात प्रतिष्ठित आदर्शांमुळे होत आहे. स्वतः राधाकृष्णन यांच्या विचारांमध्ये प्रकृतीवादी अनिश्वरवाद, प्रकृतीवादी मानवतावाद, भोगवाद, राष्ट्रवाद, सर्वसत्तावाद किंवा साम्यवादाच्या विकासात एका महत्त्वाच्या घातक वृत्तीचा अभ्युदय झाला होता. ही वृत्ती एका बाजूने धर्माच्या सार तत्त्वाला विखंडीत करीत होती, तसेच दुसऱ्या बाजूला माणसाची आध्यात्मिक चेतनाही खंडित करून संपूर्ण मानवतेला विनाशाच्या गर्तेत ढकलत आहे.

इथे उल्लेखनीय गोष्ट अशी की राधाकृष्णन यांना आपल्या देशाच्या विनाशी धार्मिक स्थितीने जास्त प्रभावित केले होते. तत्कालिन परिस्थितीमध्ये पतनोन्मुख झालेल्या हिंदु धर्माच्या दयनीय स्थितीने ते अधिक प्रभावित झाले होते. त्याचबरोबर त्यांच्यासाठी हिंदु धर्म म्हणजे एखादा संप्रदाय किंवा पंथ नव्हता तर सत्याचा शोध घेणारा आणि योग्य नियमांचा स्वीकार करणारा बंधुभाव होता, इथे हेही जास्त महत्त्वाचे आहे. हाच हिंदु धर्म आपल्या या अधोगतीच्या स्थितीमध्ये अंतरिक आणि बाह्य अशा दोन दोन अघातांचा सामना करीत निष्प्राण झाला होता. त्यावर आंतरिक आघात त्या रुढीवादी पंरपरांमुळे होत होता, ज्याने त्याच शुद्ध रूप खंडित करण्यात कोणतीही उणीव बाकी ठेवली नव्हती. या परावर्तित स्वरूपात शुद्ध, सात्विक आणि उदात्त तत्त्वांचा नितांत अभाव होता. धर्माच्या नावावर केला जाणारा वर्णभेद, अस्पृश्यतेला प्रोत्साहन, दलितांची करूणामय स्थिती, स्त्रियांवरील अत्याचार, शेकडो पाखंडी क्रिया अशी सर्व कारणे एकत्र होऊन हिंदु धर्माच्या असन्न मृत्यूची घोषणा करीत होते. बाल-विवाह, जरठ-कुमारी विवाह आणि सती प्रथेला मान्यता तसेच विधवा विवाहाला विरोध या सारख्या वृत्तींनी हिंदु धर्म खंडीत केला होता.

हिंदु धर्मावर बाह्य मर्माघात इंग्रज सरकारच्या प्रत्यक्ष किंवा अप्रत्यक्ष दखल घेतल्याने आणि दबावामुळे होत होता. ख्रिश्चन मशिनरीज हिंदुत्त्वाला विखंडित करण्यासाठी त्यावर जोरदार प्रहार करीत होत्या. संपूर्ण देश ख्रिश्चन धर्म प्रसारकाच्या जाळ्यात गुरफटत चालला होता. हे ख्रिश्चन धर्म प्रसारक ख्रिश्चन धर्माचे महत्त्व प्रस्थापित करण्यासाठी हिंदु धर्माला खंडीत करीत होते. या क्रमामध्ये हिंदु धर्म, त्याचे पवित्र ग्रंथ, पौराणिक गाथा आणि देवतांची टिंगल उडविली जात होती. इथे पुरावा म्हणून काही विचार देण्यात आले आहेत- एक ख्रिश्चन धर्म प्रसारक जे.ए. डब्स यांचे म्हणणे होते की, 'तुमचे (हिंदुंच्या) सर्व देव वास्तवात दुसरे तिसरे कोणीही नसून दानव आहेत.' अशाच

प्रकारे गुलामीच्या प्रथेला विरोध करणारे नेते विल्वर फोर्स ने म्हटले होते, 'हिंदुंच्या देवी-देवता काम-क्रोध, दुष्टता आणि अन्यायाचे राक्षस आहेत. थोडक्यात ही धार्मिक व्यवस्था तिरस्करणीय आहे.' अशा प्रकारच्या विचारांचा प्रचार आणि प्रसार हिंदु धर्म आणि त्याचे तत्त्वज्ञान बौद्धिक असंगत, तार्किक हेत्वाभावनेने युक्त, नैतिकदृष्ट्या पोकळ आणि असामान्य असल्याचे सिद्ध केले जात होते. अशा प्रकारच्या अपप्रचारामुळे हिंदु धर्म पराभावाची नैतिक भावना आणि दुःखद बोध यामुळे आकांत करीत होता. ख्रिश्चन मिशनरीजच्या वतीने करण्यात येणारी हिंदु धर्माची निंदा पाहून हिंदु विचलित झाले होते. त्याचे दुष्परिणामही समोर आले. नैराश्याच्या भावनेने ग्रासलेले भारतातील निर्माणकारी डोके ख्रिश्चन धर्माकडे आकर्षित होऊ लागले. त्याचा परिणाम मायकल मधुसुदनदास, पादरी के लाल बिहारी, वाय जी. बॅनर्जी, पं. नीलकंठ शास्त्री आणि पं. रमाबाई यांच्यासारख्या थोर विद्वानांनी ख्रिश्चन धर्माचा स्वीकार केला.

त्या युगातील या अमानवी वृत्तीमुळे नक्कीच या संक्रमणामुळे राधाकृष्णन यांना धर्माला मानवतावादी रंगाने रंगविण्याची प्रेरणा प्रदान केली. त्यांनी हिंदु धर्मावरील आपला विश्वास कायम ठेवण्याबरोबरच असे समजले की मानवतेच्या प्रगतीसाठी आपल्याला जीवनदायी धर्माचा शोध घ्यावा लागेल. त्यांनी उघड शब्दात म्हटले आहे, 'आपल्याला असा एक जीवनदायी धर्म आणि जीवंत तत्त्वज्ञान हवे आहे, जे ठाम विश्वासाच्या बळावर जीवनाच्या स्वरूपाची कल्पना करू शकले आणि ज्याचे मानव प्राणी आनंदाने अनुसरण करू शकेल.'

## विज्ञान आणि आध्यात्म यांच्यातील असामंजस्यामुळे मानवी मूल्यांचे विघटन

डॉ. राधाकृष्णन यांच्या युगातील परिस्थितीने त्यांच्या मानवतावादी तत्त्वज्ञानाला दृष्टी प्रदान केली असली तरीही त्याचबरोबर या पार्श्वभूमीमुळे सृजनामध्ये महत्त्वाची भूमिका बजावली आहे. ते म्हणजे त्या युगातील विज्ञानाचे वाढते वर्चस्व. विज्ञानाचा आध्यात्मासोबत वाढते असामंजस्य आणि त्याचा परिणाम म्हणून मानवी मूल्यांचे झालेले विघटन. राधाकृष्णन यांचा जन्म एका सभ्य कुटुंबात झाला होता. सभ्य यासाठी की विज्ञान आणि तंत्रज्ञानाच्या क्षेत्रात जगाने असामान्य यश मिळविले होतेः पण त्याचबरोबर या सभ्य जगात जगणाऱ्या व्यक्तीचे जीवन अवास्तव आणि कृत्रिम झाले होते हेही सत्य होते. जीवनातील प्रत्येक पैलुवर विज्ञानाचा हस्तक्षेप सुरू झाला होता. तो संपूर्ण मानवतेला संभाव्य विनाशाच्या दिशेने ढकलीत होता. कदाचित मानव तेव्हा जास्त सुखी असावा जेव्हा त्याने आपल्या भोवती यंत्रांच्या भिंती उभारल्या

नव्हत्या. या सभ्य संसारात जसजशी विज्ञानाची प्रगती झाली, माणसापासून त्याची स्वभाविक शांतता दूर होत गेली. राधाकृष्णन यांनी आपल्या युगामध्ये प्रभावी स्थितीच्या विश्लेषणाच्या आधारे व्यथित अंतःकरणाने म्हटले आहे, 'आजच्या जगात माणसाची स्थिती पूर्णपणे अव्यवस्थित आणि गोंधळलेली आहे. विज्ञानाच्या सामर्थ्यामुळे कंटाळलेला माणूस अतिशय हताश आणि निराश झाला आहे. ...' आपण यंत्रणायुक्त दबावाच्या दडपणाखाली बहुमुखी मोहभंग करणाऱ्या युगात जगत आहोत. हे जग जणू काही बेशुद्धावस्थेत आहे. ' बायबलमध्ये म्हटले आहे की सुरूवातीला फक्त शून्य होता. तोच शून्य आजही आपल्या समोर आहे. विज्ञानाने चेतनेपेक्षा अधिक महत्त्व वस्तुला दिले आहे. तसेच मानवतेपेक्षा जास्त महत्त्व सत्ता प्रेमाला दिले आहे.

राधाकृष्णन यांच्या विचारानुसार याचा असा परिणाम म्हणून आजचा माणूस मानवी पातळीपासून खूप दूर गेला आहे. वास्तवात तो एक यंत्र झाला आहे. एक यंत्र म्हणून त्याने विज्ञान युगातील सर्व सुविधा मिळविल्या आहेत. आजचा माणूस नक्कीच थंडी किंवा उष्णता यामुळे घाबरलेला नाही तसेच तो वादळ किंवा तुफानामुळेही भायभीत झालेला नाही. आता या जगातील कोणताही भाग त्याच्या आवाक्यात आला आहे. पण सत्य असे आहे की या सर्व सुविधांच्या मध्ये तो स्वतःच एक यंत्र होऊन राहिला आहे. त्याची मौलिकता, त्याची चेतना नष्ट होत चालली आहे. आज इतकी संपन्नता असली तरीही तो विछिन्न झाला असून तुटलेपणा अनुभवत आहे. याचे मूळ कारण आहे जगामध्ये विज्ञानाचे सर्व प्रभुत्त्व होणे आणि आध्यात्माची उपेक्षा. हे सत्य आहे की विज्ञानाने आपल्या प्रगतीतून जगाला एक नवीन प्रकाश मिळवून दिला आहे, पण त्याचबरोबर हेही वास्तव आहे की आध्यात्माकडे दुर्लक्ष करून त्याने आपल्या विकासामध्ये मदांध होऊन मानवतेचे खूप मोठे नुकसान केले आहे. वास्तविक पाहता आध्यात्मापासून विमुक्त होऊन केलेली प्रगती अमानवीनय आणि पाशविक वृत्ती सोबतच तिरस्कार, प्रतिशोध, स्पर्धा आणि सर्व शक्तिमान होण्याची लालसा प्रगतीला प्रोत्साहन दिले आहे. राधाकृष्णन यांच्या दृष्टीने हे भयानक विनाशाचे लक्षण आहे. राधाकृष्णन यांच्या विचारात आज मोठ मोठ्या आत्मिक समस्या संकटात आहेत. बौद्धिक आणि नैतिक दृष्ट्या आपले जग एका गर्तेत रुतत चालले आहे. कोणत्याही क्षणी विध्वंसाचा अग्नी पृथ्वीला भस्म करू शकतो. अशा परिस्थितीची अभिव्यक्ती करण्यामध्ये सी. ए. पावेल यांचे एक कथन उल्लेखनीय आहे, 'वास्तविक पाहता आज आपण मानवतेचा अनंत विनाश आणि अनंत ऐश्वर्य, या दोन मूल्यांच्या दरम्यान संघर्ष करीत हळुहळू महाप्रलयाच्या दिशेने जात आहोत.' सत्य हेच आहे की आज आपल्याला अनास्था

आणि वारसा म्हणून मिळालेल्या आध्यात्मिक मूल्यांचे विघटन होत असलेल्या युगात जगत आहोत. हे खरे आहे की विज्ञानाच्या प्रभावी प्रगतीमुळे आपण अण्विक अस्त्रांच्या परमोच्च सीमेपर्यंत विकास केला आहे, पण वास्तविक पाहता नैतिक दृष्ट्या आपण आजही मागास आहोत. आपण लोक अण्विक दानव आणि नैतिक दमनासारखे झाले आहोत. याचे कारण हेच आहे की अण्विक शक्तीने आश्चर्यकारक प्रगती केली आहे. आपण एका अविश्वास आणि भीतीच्या वातावरणात जगत एक दुसऱ्याबद्दल भीती बाळगून आहोत. मानवी मूल्ये विखंडित झाली आहेत. सर्वत्र अनास्थेचे साम्राज्य माजले आहे. हीच परिस्थिती आणखी वाईट होत राहिली तर या शताब्दीच्या अखेरीस मानवतेचाही अंत होईल ही रसेल याची वाणी सत्य होण्याची शक्यता आहे.

तर मग काय विज्ञानाची प्रगती आणि विकास मानवतेसाठी अनिवार्य स्वरुपात घातक आहे? नक्कीच नाही. आपल्या युगातील विज्ञानाची प्रभावी प्रगती पाहून राधाकृष्णनही प्रभावित झाले होते. त्यांनी मोकळ्या मनाने हे स्वीकारले आहे की, विज्ञानाने सर्व जगाला प्रभावित केले आहे. विज्ञान आणि तंत्रज्ञानाचा विकास, तांत्रिक ज्ञान तसेच दळणवळण आणि संचार साधनांमध्ये झालेल्या प्रगतीने सर्व जगाला एकत्र आणले आहे. पण एक चिंता सुद्धा सर्वत्र व्यापली आहे असेही त्यांनी म्हटले आहे. विज्ञान आणि तंत्रज्ञानाच्या विकासाची आश्चर्यकारक गती मानवात्म्यासोबत समार्जन होत नाही. परिणामी माणसाला एका संकटपूर्ण स्थितीचा सामना करावा लागत आहे. ही ती चिंता आहे. राधाकृष्णन यांनी स्पष्टपणे म्हटले आहे, 'हे तथ्य असले तरीही थोर शास्त्रज्ञांच्या शोधांनी आपल्याला निसर्गाच्या गुलामगिरीतून मुक्त केले आहे. आपण एखाद्या मानसिक रोगाला किंवा एक प्रकारच्या सांस्कृतिक विखंडनाला बळी पडलो आहोत. विज्ञानाने आपल्या गरीबीच्या जात्यात भरडण्यापासून वाचविले आहे. तसेच शारीरिक वेदनांचे शमन केले आहे. तरीही आपण एक प्रकारच्या आध्यात्मिक, धार्मिक विश्वासाबद्दल अनास्था आणि वारसा म्हणून मिळालेल्या पारंपरिक मूल्यांच्या विखंडनाच्या युगामध्ये जगत आहोत.' अर्थात इथे उल्लेखनीय आहे की राधाकृष्णन यांच्या दृष्टीने हे जीवन म्हणजे मानवी नियती नाही. ती नियती काय आहे, याचे निर्धारण करण्यासाठी राधाकृष्णन यांनी मानवतावादी दृष्टीने सृजनात महत्त्वाची भूमिका बजावली आहे.

वास्तविक पाहता राधाकृष्णन यांच्यानुसार हे खरे आहे की स्वतःपासून तुटलेला माणूस आपल्या जीवनात निराश होत चालला आहे.; पण त्याचबरोबर हेही सत्य आहे की, त्याला मरायचे नाही. तेव्हा जीवन कसे शक्य आहे? राधाकृष्णन यांचे असे म्हणणे आहे की, आपल्याला जर जिवंत रहायचे असेल तर आपल्याला एक संक्रमण क्रियान्वित करावे लागेल. हे संक्रमण एक नैतिक आणि आध्यत्मिक क्रांति असेल, जी आपल्या

जीवनाला एक नवीन दिशा आणि अर्थ प्रदान करील.

## सुधारणावादी आंदोलन आणि तत्वज्ञविषयक परिस्थिती

आतापर्यंतच्या विवेचनावरून हे स्पष्ट आहे की राधाकृष्णन यांचे युग फक्त भारतासाठीच नाही, तर सर्व जगासाठीच मानवी मूल्यांच्या विघटनाचे युग असल्याचे सिद्ध होत होते. मानवता अधोगतीच्या दिशेने अग्रेसर झाली होती. पण त्याचबरोबर एक समाधानकारक घटना हीही होती की विघटनाच्या या प्रतिवादाच्या विरोधामध्ये, त्याचबरोबर झोपलेल्या मानवी चेतनेच्या वतीने कुशी बदलण्याचे कार्यही याच युगात सुरू झाले होते. यामध्ये तत्त्वज्ञानाने महत्त्वाची भूमिका बजावली. जगाच्या व्यासपीठावर अशा अनेक तत्त्वज्ञानी व्यक्तींचा उगम झाला, ज्यांनी मृतप्राय झालेल्या मानवी अस्तित्त्वाला एक नवीन जीवन प्रदान केले. मानवाचा सन्मान प्रतिष्ठित केला आणि माणूस तसेच त्याची नियती यबद्दल एक नवीन दृष्टी निर्माण केली. पाश्चात्य देशात निर्माण झालेला मानवतावाद, अस्तित्त्ववाद आणि अर्थक्रियावाद हे याच दृष्टीचे देणे आहे. इथे एक उल्लेखनीय आहे की, झोपलेल्या मानवतेने कुशी बदलण्याचे काम फक्त पाश्चात्य देशांपुरतेच मर्यादित नव्हते तर त्याचा प्रचार आणि प्रसार भारतातही होत होता. तत्कालिन युगामध्ये प्रभावी विनाशकारी प्रवृत्तींच्या विरोधात इथेही विद्रोहाची चेतना जागृत झाली होती. राजकीय पारतंत्र्याच्या विरूद्ध स्वातंत्र्यांची क्रातिंपूर्ण चेतना जागृत झाली होती. सामाजिक, राजकीय आणि धार्मिक शोषणाच्या विरूद्ध तीव्र आंदोलने सुरू झाली होती. याच आंदोलनांनी पुढे चालून या युगामध्ये असे एक वातावरण निर्माण केले की ज्याच्या अंतर्गत विचारवंत मानव आणि त्याचे अस्तित्त्व याबद्दल विशिष्ट दृष्टीने उदबोधित करू लागले. तसेच अशा तत्त्वज्ञविषयक परिस्थितीचे निर्माण करण्यात यशस्वी झाले ज्यामुळे राधाकृष्णन यांना त्यांच्या मानवतावादी तत्त्वज्ञानासाठी भावनात्मक पार्श्वभूमी मिळाली.

## तत्त्वज्ञानाची पार्श्वभूमी

अनेक थोर व्यक्तींनी उदबोधित केलेल्या उदार दृष्टीने परावर्ती भारतीय विचारवंतांना एक उदार मानवतावादी दृष्टिकोन विकसित करण्यासाठी खूप मोठ्या प्रमाणात मदत केली. धर्म आणि समाज सुधारणावादी आंदोलनाच्या प्रभावामुळे पुढे चालून भारतीय विचारवंतांनी भारतातील प्राचीन तत्त्वज्ञविषयक विचारसरणीमध्ये समाविष्ट असलेल्या सृजनात्मक तत्त्वांचा पाश्चात्य आधुनिक चिंतनाच्या पार्श्वभूमीवर पुनरुद्धार करण्यात आला. अशा एका मानवतावादी तत्त्वज्ञानाचे सृजन करण्यात आले ज्यामध्ये पूर्व आणि पश्चिमेचे संश्लेषण होते. आध्यात्म आणि मानवतेचे संश्लेषण होते, विज्ञान आणि कलेच्या मूल्यांच्या तत्त्वांचा समावेश होता तसेच मानवी स्वभावाच्या विविध बाजू आणि

परस्पर भिन्न परंपरांना मान्यता प्रदान करण्याची प्रवृत्ती प्रभावी होती. या तत्त्वज्ञानाच्या सृजनामुळे नक्कीच या युगाला त्याच्या सर्व विघटनकारी प्रवृत्ती असतानाही सकारात्मक दृष्टीकोणाने एक अविस्मरणीय युग बनविले. स्वतः राधाकृष्णन यांनी त्याची पुष्टी केली आहे, 'आमच्या युगाचे प्रमुख वैशिष्ट्ये युद्ध आणि हुकुमशाही नाही, तर ज्यांनी याला विकृत केले आहे, विशेषतः विविध संस्कृतींनी एक दुसऱ्यांवर पारंपरिक प्रभाव आणि आध्यात्मिक तसेच मानव जातीच्या एकतेवर आधारित नवीन संस्कृतीचा अविर्भाव केला आहे.'

या युगामध्ये विवेकानंद, रवींद्रनाथ टागोर, अरविंद आणि गांधीजी यांच्यासारख्या महान आत्म्यांनी जन्म घेतला आहे. ज्यांनी आपल्या आधुनिक चिंतनामध्ये फक्त भारतालाच स्थान दिले असे नाही, तर त्याला अनुरूप असे आपले जीवन घडविले. वास्तविक पाहता त्यांच्या स्वतःच्या अनुभूतीने त्यांना अशा प्रकारच्या मानवी तत्त्वज्ञानाची प्रेरणा दिली की ज्यामुळे लोकांना त्यांच्या वास्तविकतेचा बोध होऊन संकुचितपणा आणि रुढीवादीपणाच्या संकुचित दरीतून बाहेर काढून मानवतेच्या दिशेने उन्मुख करण्यामध्ये महत्त्वाची भूमिका बजावली. या जीवन तत्त्वज्ञानाने अशी तत्त्वज्ञविषयक परिस्थिती निर्माण केली की ज्याच्या अंतर्गत राधाकृष्णन आपले मानवतावादी तत्त्वज्ञान सादर करण्यात यशस्वी झाले.

अशा प्रकारे डॉ. राधाकृष्णन यांच्या तत्त्वज्ञानाच्या निर्मितीसाठी आवश्यक पार्श्वभूमी प्रदान करण्यामागे त्या युगातील परिस्थितीने विशेष भूमिका बजावली आहे, हे स्पष्ट आहे. तत्कालिन युगाच्या प्रत्येक क्षेत्रामध्ये प्रभावी असलेल्या विघटनकारी प्रवृत्तीनी तत्त्वज्ञ राधाकृष्णन यांच्या विचारासाठी सामग्री पुरविली. तत्कालिन युगामध्ये प्रभावी असलेला भोगवाद, प्रत्यक्षवाद आणि भौतिकवाद याने राधाकृष्णन यांच्यासमोर त्यांच्या समस्या मांडल्या. ती समस्या होती- आध्यात्मिक पुनर्जागरणाची. या समस्येने राधाकृष्णन यांना त्यांच्या मानवतावादी तत्त्वज्ञानाला एका विशिष्ट रंगामध्ये रंगविण्यासाठी प्रेरणा दिली. तसेच या दिशेने त्यांना भारतातील प्राचीन मान्यतांनी तसेच त्यांच्यासोबत समकालिन इंग्रज विचारवंतांच्या विचारांनी मार्गदर्शन केले. वास्तविक पाहता राधाकृष्णन यांच्या संपूर्ण तत्त्वज्ञानाचा उद्देशच या मानवतावादी घटकांना प्रकाशित करणे होता.

# प्रकरण १७

# तत्त्वज्ञविषयक संकल्पना

माग़ील प्रकरणात केलेल्या विवेचनावरून एक तथ्य स्पष्ट झाले आहे, की मानवतावाद म्हणजे काही सर्वसंमत मत किंवा वाद नाही तर एक दृष्टी आहे. म्हणजेच कोणत्याही विचारवंताने मानवतावादी तत्त्वज्ञान स्पष्ट करण्याचा अर्थ असा आहे, की त्याच्या मानवतावादी दृष्टीचे स्पष्टीकरण. या दृष्टीची अभिव्यक्ती मूळतः त्यांच्या त्या विचारसरणीमध्ये असते, ज्याच्या आधारे तो आपल्या तत्त्वज्ञविषयक संकल्पना आणि सिद्धांताची संरचना करीत असतो. त्यामुळे विचारवंताची कोणतीही दृष्टी विशेष स्पष्ट करण्याच्या संदर्भात आधार म्हणून याच संकल्पना आणि सिद्धांतांना माडंले जाते आणि त्यामध्येच त्यांच्या त्या दृष्टीचा शोध घेतला जातो. राधाकृष्णन यांच्या मानवतावादी दृष्टीकोणाच्या संदर्भात हेच सत्य आहे. आपला उद्देश राधाकृष्णन यांचा मानवतावादी तत्त्वज्ञानाचा दृष्टिकोनाचे स्वरूप आणि अर्थ स्पष्ट करायचे आहे. अशा स्थितीमध्ये आपल्याला त्यांच्या मूळ तत्त्वज्ञविषयक संकल्पना आणि सिद्धांताचे विश्लेषण तसेच विवेचन याला आपला आधार बनवावे लागेल आणि त्यामध्ये अंतर्निहित मानवतावादी तत्त्वांना प्रकाशात आणावे लागेल. पण या संकल्पना आणि सिद्धांताचे विवेचन करायच्या आधी आपल्याला हे सांगणे आवश्यक आहे की त्यांचे तत्त्वज्ञान कोणत्या मर्यादेपर्यंत आणि कोणत्या अर्थाने मानवतावादी आहे. या विवेचनामुळे आपल्याला इथे त्यांच्या मानवतावादाविषयी एक दृष्टी मिळण्याची शक्यता आहे.

**तत्त्वज्ञानाची संकल्पना**

विवेचनाच्या क्रमामध्ये आपण सर्वप्रथम त्यांची तत्त्वज्ञविषयक संकल्पना स्पष्ट करू तसेच त्यामध्ये मानवतावादी घटकांना शोधण्याचा प्रयत्न करू. या संदर्भात हे उल्लेखनीय आहे की राधाकृष्णन यांच्यावर पाश्चात्य दृष्टिकोनाचा पुरेसा प्रभाव होता, तरीही

त्यांच्या तत्त्वज्ञविषयक संकल्पनाच्या सृजनाचा आधार भारतीय मान्यता हाच होता. भारतामध्ये तत्त्वज्ञान फक्त एक सैद्धांतिक शोध म्हणून स्वीकारले नाही, तर त्याच्या व्यवहार्य उपयोगितीचेही निरूपण केले आहे आणि त्याच क्रमामध्ये त्याला धार्मिक आणि आध्यात्मिक ध्येयप्राप्तीसाठी एक साधनही मानले आहे. इथे तत्त्वज्ञानाचे ध्येय आहे माणसाला दु:खाच्या बंधनातून मुक्त करणे. या ध्येयाच्या प्राप्तीचे यथार्थ साधन ज्ञान आहे. आणि तेच ज्ञान मग यर्थार्थ समजले गेले आहे, ज्या द्वारे सत-असत यांच्यातील फरक स्पष्ट होईल. याचा अर्थ असा झाला की भारतीय पंरपरेमध्ये तत्त्वज्ञान सत दृष्टी मिळवून देते. या दृष्टीचा संबंध जीवनाशी आहे, त्यामुळे इथे तत्त्वज्ञान ही काही एखादी अमूर्त कल्पना नाही, तर जीवनाचे दर्शन आहे. भारतीय तत्त्वज्ञानाची मूळ चेतना स्पष्ट करीत राधाकृष्णन यांनी स्पष्ट शब्दात असे म्हटले आहे की, भारतीय चिंतनामध्ये अस्तित्त्ववादी संकट आणि बौद्धिक विमर्ष दोन्हीही आहे. भारतीय चिंतनाचा मुख्य संबंध माणसाच्या मर्यादा आणि त्याचे अंतिम ध्येय याच्याशी आहे. निसर्ग आणि परमात्मा यांच्यासाठी तर माणसाचा त्यांचा सहाय्यक म्हणून माणसाच्या आत्म्याची सुरक्षितता आणि मनाची शांतता प्रदान करण्यासाठी विचार करण्यात आला आहे. भारतीय चिंतनाची महत्त्वाची आवड तर व्यवहार्य आहे. तत्त्वज्ञान जीवनातील मार्गदर्शक आहे.

तत्त्वज्ञानामध्ये मानवतावादी शक्तीला राधाकृष्णन यांनीही सन्मान दिला आहे. तसेच त्यालाच आधार मानून तत्त्वज्ञान विषयकं सर्व संकल्पना रंगविल्या आहेत. आपल्या मान्यताच्या अंतर्गत ते आपल्या काळात प्रभावी असलेल्या पाश्चात्य तार्किक प्रत्यक्षवादी विचाराशी अजिबात सहमत नव्हते की, तत्त्वज्ञान हे काही नाही तर ते फक्त भाषीक वापराचे विश्लेषण आहे. तसेच त्यांना हेही मान्य नव्हते की, तत्ज्ञान हे तर्कशास्त्र आणि शास्त्रीय संशोधनापुरतेच मर्यादित आहे. त्यांच्या विचारानुसार तत्त्वज्ञान हे विविध विशिष्ट समस्यांसोबत एकत्रित ठेवणे किंव एकत्र करणे नाही, तसेच ते फक्त तार्किक सामन्यकरण नसून ते काही सर्व सामान्य माणसाच्या मागण्याचे समाधानीकरण करण्याचे प्रयोजन असू शकते. तत्त्वज्ञान तर मूळात व्यवहारिक स्वरूपाचे असते. व्यवहार्य असल्यामुळे ते माणसाच्या त्या मुलभूत काळज्यांशी संबंधित असते, ज्या अमूर्त विचारांच्या तुलनेत ठोस, सशक्त, वास्तविक आणि जिवंत आहेत. तत्त्वज्ञानाचा संबंध मानवी जीवनाशी आहे. या संदर्भात त्याची सार्थकता आणि यथार्थता आहे. त्याचे ध्येय संपूर्ण जीवन प्रतिबिंबीत करणे असते, त्यामुळे त्याचे क्षेत्र आणि लक्ष्य तर्कशास्त्र किंवा बौद्धिक़ बाजिगिरीपर्यंत ममर्यादित केले जाऊ शकत नाही. त्याचा संबंध त्या सत्य आणि मूल्यांच्या स्थापनेशी आहे, जे मानव-सत्य आणि मानवी मूल्ये आहे. त्यामुळे सर्व

तत्त्वज्ञानविषयक चिंतनाचा केंद्र सर्वहार माणूस आहे. तत्त्वज्ञानातील हीच संकल्पना त्याला एक विशिष्ट स्वरूप प्रदान करते आणि ते स्वरूप आहे, 'मानवतावादी स्वरूप.' राधाकृष्णन तत्त्वज्ञानाच्या याच स्वरूपाविषयी आग्रही होते. तत्त्वज्ञानविषयक व्यक्त भावना त्यांच्या वरील आग्रहाला पुष्टी देतात. त्यांनी स्पष्टपणे हे मान्य केले आहे की, तत्त्वज्ञानातील समस्या या मानवी जातीच्या समस्या आहेत. विश्वाचे स्वरूप, जीवनाचे मूळ, मानवी स्वभाव, त्याच्या उत्पत्तीची कारणे, तसेच या विश्वामध्ये त्याची स्थिती या सर्व मूलभूत सामान्य जिज्ञासा आहेत, ज्याचे समाधान एखाद्या तत्त्वज्ञान्याला हवे असते. त्यांच्या दृष्टीमध्ये तत्त्वज्ञानाचे काम फक्त चिंतन किंवा तात्त्विक तत्त्वांच्या सत्यांची बौद्धिक व्याख्या करणे नाही तर, त्या मानवी मूल्यांची आणि सत्याची स्थापना करणे आहे, ज्यामुळे माणसाला आपले अस्तित्त्व सापडत असते. तत्त्वज्ञान विषयक आपल्या या मानवतावादी दृष्टीच्या आधारेच त्यांनी तत्त्वज्ञानाच्या विशिष्ट कार्याचे निर्धारण केले आहे. त्यांच्या मतानुसार तत्त्वज्ञानाचे कार्य आपल्या काळातील चेतनेचे प्रतिबिंब सादर करणे इतकेच नाही, तर त्या चेतनेच्या प्रगतीसाठी सहाय्यक होणेही आहे. त्याचे कार्य सृजनात्मक आहे, 'मानवोचित मान्यतांची व्याख्या करणे, जीवन ध्येयाचे स्पष्टीकरण करणे, जीवन दिशांना निर्देशित करणे तसेच नवीन मंगलमय मागण्यांकडे मानवतेला प्रवृत्त करणे आहे.'

राधाकृष्णन यांच्यासाठी तत्त्वज्ञानाचा अर्थ 'जीवन तत्त्वज्ञान' आहे, हे स्पष्ट आहे. तत्त्वज्ञान हे जीवनापासून वेगळे असूच शकत नाही. कारण खरे तत्त्वज्ञान तेच असते, जे मानवी जीवनाचा विकास आणि त्याची उन्नती यासाठी सक्रियरित्या सहभागी होत असते. आपल्या या समजाच्या आधारे त्यांनी तत्त्वज्ञानाच्या जबाबदारीचे निर्धारण केले आहे. त्यांच्या मतानुसार तत्त्वज्ञानाची जबाबादारी सृजनात्मक आहे. ते मानवी जीवनाचा सदैव सहाय्यक आणि मार्गदर्शक होऊनच जगू शकते. त्यांच्या विचारात आजच्या संघर्षपूर्ण युगात तर त्याची जबाबादरी अधिक वाढून विविधांगी आणि गुंतागुंतीची झाली आहे. प्रज्वलित होणारी सामाजिक, राजकीय अशांतता, पभूत्त्व गाजविण्याच्या घातक आकांक्षांचे वर्तन, तसेच विध्वंसकारी शास्त्रीय प्रतिभाचे सर्वस्व विनाशाचे आव्हान मानव-जाती, मानवी जीवन आणि मानवी मूल्ये यांना लांछित करीत आहे. त्यामुळे तत्त्वज्ञानाला आज जागृत आणि उद्धृत होणे आवश्यक आहे. त्याला शक्तिशाली होऊन विनाशाचे विषाणू समूळ नष्ट करायचे आहेत. शास्त्रीय शोध मानवी सत्याच्या चेतनेला शासीत करणे, शक्तीला सृजनात्मक मंगलमय मार्गदर्शन करणे, हेच तत्त्वज्ञानाचे ध्येय आहे. परिणामी जे तत्त्वज्ञान जीवनातील विविध पैलू, वैयक्तिक, सामाजिक, राष्ट्रीय- अंतरराष्ट्रीय, मानसिक-दैहिक इ. एकतेच्या सूत्रात गुंफायला तसेच त्यांचा विकास आणि कल्याणाचा मार्ग दाखविण्यास अक्षम आहे, ते तत्त्वज्ञान निरर्थकच नाही तर त्याज्यही असत.

तत्त्वज्ञानाचे अभ्यासक हे चांगल्या प्रकारे ओळखून असतात की कोणत्याही तत्त्वज्ञानाला तत्त्वज्ञानाच्या आधारभूत सिद्धांताच्या मुख्य तीन भागात वर्गिकरण केले जाऊ शकते. ज्याला त्याची तत्त्व मिमांसा, ज्ञान मिमांा आणि आचार मिमांसा म्हटले जाते. राधाकृष्णन यांचे तत्त्वज्ञान एका विशिष्ट मानवतावादी रंगात रंगलेले आहे. प्रत्येक रंगाने रंगून त्यांनी जीवन आणि जगाची व्याख्या केली आहे. या मानवतावादी रंगाचे स्वरूप स्पष्ट करण्यासाठी इथे आपण राधाकृष्णन यांच्या तत्त्वज्ञानाचे तत्त्वज्ञान मिमांसा, ज्ञान मिमांसा आणि आचार मिमांसा असे सविस्तार विश्लेषण करणे आवश्यक आहे.

**तत्त्व- मिमांसा**

राधाकृष्णन यांचा अविर्भाव भारत भूमीवर झाला आहे आणि स्वतः राधाकृष्णन यांनी हे स्वीकारले आहे की या भूमीवर विकसित तत्त्वज्ञान मूलतः आध्यात्मिक आहे, जे सर्व प्रकारच्या इतिहासातील उलथा पालथ झेलण्यासाठी शक्ती प्रदान करते. निश्चीतपणे परंपरेच्या आग्रही असलेल्या या तत्त्वज्ञानीची तत्त्व मिमांसा आणि त्याचे तत्त्वदर्शनही मूलतः अध्यात्माच्या रंगात रंगलेले आहे. 'सत्याचा शोध' या तत्त्वज्ञानाचे मूळ ध्येय आहे. पण हे अबाधित आहे की हे सत्य काही अवास्तव किंवा अमूर्त परिकल्पना नाही. तर हे सत्य मानवी सत्य आहे. असे सत्य जे जीवनाला एक दिशा प्रदान करते. असे सत्य जे जीवनाला एक अर्थ आणि मूल्य मिळवून देते. त्यामुळे सत्याचा शोध मानवी आकंक्षाचा तुष्टता करण्यासाठी एक आध्यात्मिक गरज आहे. प्रत्येक माणूस जगातील अंतर्निहित हेतू जाणण्यासाठी मागणी करीत असतो. त्याचबरोबर तो ते आदर्श आणि मूल्य जाणण्याची इच्छा बाळगून असतो, जे त्याच्या जीवनाचा मार्ग निर्धारित करू शकेल. तत्त्वज्ञानाने या मागणीची पूर्तता होते. त्यामुळे राएधाकृष्णन इथे या आधुनिक युगामध्ये त्या तत्त्वज्ञानाविरूद्ध आहेत, जे आधुनिक वैज्ञानिक मानवतावादाच्या माध्यमातून मानवतावादी तत्त्वज्ञानाला प्रभावित करीत आहे. तत्त्वज्ञानाला मानव केंद्री करण्याच्या प्रयत्नामध्ये तसेच जोडीला असेही मान्य करतात की, तत्त्वज्ञान आधुनिक विरोधाच्या रुपात सादर करतात. इथे आपण एक गोष्ट लक्षात घ्यायला हवी की तत्त्वज्ञान अनुभावातीत तत्त्वांची फक्त अमूर्त संकल्पना नसून त्याच्या संकल्पनेमध्ये अनुभूती आणि अनुभूत याथार्थतेचा समावेश असतो. तसेच या समावेशासाठी हे अनानुभविक जग आपल्या क्षेत्राचा विस्तार करीत राहते. त्यामुळे शेवटी राधाकृष्णन यांच्या दृष्टीमध्ये तत्त्वज्ञान म्हणजे अपरिहार्यता स्वीकारणे असू शकत नाही. त्यांनी स्पष्ट शब्दांमध्ये असे म्हटले आहे की, 'प्रश्न हा नाही की, आपल्याला एका तत्त्वज्ञानाची आवश्यकता आहे

की नाही, कारण आपल्यापैकी प्रत्येकाकडे एक ना एक तत्त्वज्ञान नक्कीच असते. प्रश्न असा आहे की, त्याला एक अपरीक्षित आणि काही काही तर नकळतपणे येणारे तत्त्वज्ञान असते. किंवा एक व्यवस्थीत विचारसरणी असते, जिचे जाणून बुजून पालन करण्याचा प्रयत्न केला जातो.

राधाकृष्णन यांचे तत्त्वज्ञान सत्य जाणून घेण्याचा एक सचेतन प्रयत्न आहे. सत्य- जे सत् अथवा यर्थार्थाच्या अर्थाने प्रयुक्त असते, तेच समस्त वास्तविक आणि अस्तित्त्वान तत्त्वाचे मूळ असते. या सत्च्या संबंधात आपली तत्त्वज्ञविषयक दृष्टी अर्जित करण्यामध्ये राधाकृष्णन मूळतः दोन प्रवृत्तीने संचलित केले आहेत- एक तर आपल्या काळात प्रभावी प्रकृतीवादाचा विरोध करणे, तसेच दुसरे आध्यात्माला प्रतिष्ठा. या प्रतिष्ठेच्या मागे मुख्यतः त्यांचा मानवतावादी कल प्रभावी राहिला आहे. हे खालील विवेचनावरून स्पष्ट केले जाते.

**निसर्गवादाचा विरोध**

निसर्गवाद एक विश्वदृष्टी आहे. त्यानुसार संपूर्ण ब्रह्मांडाचे मूळ सत् निसर्ग आहे. निसर्ग सतत परिवर्तनशील असून सर्व प्रेरणा आणि शक्ती याच निसर्गाची विविध रूपे आहेत. हा निसर्ग काही एखादी दैवी शक्ती नाही. तर सर्व निर्जिव वस्तू आणि सर्व सजीव प्राण्यांची महान समष्टी आहे. विश्वाच्या व्याख्येमध्ये कोणत्याही अनैसर्गिक तत्त्वाच्या कल्पनेची काहीही आवश्यकता नाही. कारण निसर्गाची व्याख्या तर नैसर्गिक घटकांच्या आधारेच केली जाऊ शकते.

तत्त्वज्ञानाचा विरोध केल्यानंतरही अनीश्वरवादाच्या पोषणासाठी वैज्ञानिक मानवतावादाच्या विश्व दृष्टीचे सृजन याच निसर्गवादी समजूतीच्या आधारे करण्यात आले आहे. याच्याच आधारे हे सत्य प्रतिपादित करण्यामध्ये सफल झाले आहेत की, सर्व नैसर्गिक प्रक्रियांमध्ये परमेश्वर अथवा कोणत्याही काल्पनिक दैवी शक्तीबद्दल बोलणे निरर्थक आहे. माणूस निसर्गाच्या आत आहे, त्यामुळे त्याची उत्पत्ती आणि विकासाची व्याख्या नैसर्गिक घटकांच्या आधारेच केली जाते.

राधाकृष्णन यांनी निसर्गवादाचा विरोध केला आहे कारण त्यांच्या विचारानुसार नैसर्गिक व्याख़्या काळाच्या वास्तविकतेच्या पूर्वग्रहावर आधारित असतात. त्यामुळे या व्याख्या कालातित तथ्यापर्यंतच मर्यादित असतात. या व्याख्यांमुळे हे कळत नाही की काळाला पार केले जाऊ शकते. सत्य हेच आहे की ही व्याख्या या जगाला एक स्वंयचलित यंत्र बनविते. जे दिशाचे ज्ञान नसतानाही यंत्रासारखे चालत राहते. या कालिक जगाचा आधार अचेतन तत्त्वाला बनविते, तसेच चेतनेलाही त्याच तत्त्वांचा उपोत्पाद किंवा उपफळ समजते. याचे कारण असे समजले जाते की जगत यंत्राची

माहिती त्याचे विविध भाग आणि त्या भागांची माहिती यावर आधारित आहे. राधाकृष्णन यांच्या विचारानुसार अशा प्रकारे देण्यात आलेली व्याख्या ही व्याख्या असत नाही. तसेच ती सत्याचा विचार स्थापन करू शकत नाही. त्यांच्या मतानुसार व्याख्या आंधळी असू शकत नाही. म्हणून तिथे विश्व प्रक्रियेचा कोणताही दिशा निर्देश असत नाही, तिथे व्याख्या करण्याबद्दल बोलले जाऊ शकत नाही.

निसर्गवादी व्याख्यांची स्पष्टता अयेथष्टता आपल्या बोधाद्वारे राधाकृष्णन यांनी व्याख्येच्या सूक्ष्मतेमध्ये प्रवेश केला आणि सत् च्या विचारापर्यंत पोहचण्यामध्ये सफलता मिळविली आहे. त्यांच्या मतानुसार सत् तेच असू शकते, जे विश्वाची समर्थ व्याख्या करू शकेल आणि आपल्यातच स्पष्ट असू शकेल. त्यांच्या विचारानुसार भौतिक जगातॆ दुसरी अट पूर्ण करू शकेल असे काहीही नाही. आपली आपणच व्याख्या करू शकेल, असे काहीही नाही. भौतिक जगात तर एका भौतिक तत्त्वाची व्याख्या दुसऱ्या भौतिक तत्त्वाच्या आधारे केली जाते. पण संपूर्ण भौतिक जगाची व्याख्या करण्याचे कोणतेही साधन भौतिक जगात उपलब्ध नाही. याच कारणामुळे सत्च्या विचारासाठी भौतिक जगाच्या पलिकडे जाणे आवश्यक आहे. त्याचबरोबर हेही आवश्यक होते की सत् चे स्वरूप भौतिक तत्त्वांपेक्षा भिन्न असते. म्हणून राधाकृष्णन यांनी निश्चिततेसोबत हे कथन केले आहे की सत्च्या विचारासाठी आपल्याला आध्यात्मामध्ये प्रवेश करावा लागेल.

**आध्यात्मकतेची प्रतिष्ठा**

आध्यात्माची प्रतिष्ठा राधाकृष्णन यांच्या तत्त्वज्ञानाची भावनात्मक बाजू आहे. निसर्गवादाच्या विरोधामध्ये राधाकृष्णन यांनी हे स्पष्ट केले आहे की हे जग काही यंत्रासारखी चालणारी आंधळी मशीन नाही. तर ते एका ध्येयासाठी प्रेरित करते. दुसऱ्या शब्दांमध्ये जगत प्रक्रिया काही अबौद्धिक प्रक्रिया नाही, तर त्यामध्ये एक आदर्श प्राप्तीची उन्मुखता आहे. हाच आदर्श आध्यात्माची स्वीकृती आहे. याच आध्यात्माच्या प्रतिष्ठेद्वारे आपल्या मानवतावादी आकांक्षांची पूर्तता हेच राधाकृष्णन यांचे ध्येय होते.

राधाकृष्णन यांच्या या तत्त्वज्ञानाचे ध्येय सत्याचा शोध आहे, ही एक गोष्ट स्पष्ट झाली आहे त्यांचे संपूर्ण अध्यात्मिक तत्त्वज्ञान हेच सत्य आणि सत्ची व्याख्या यामुळे प्रमाणित आहे. त्यामुळे त्यांनी सत्याची संकल्पना आणि त्यामध्ये निर्दिष्ट मानवतावादी तत्त्वांना स्पष्ट करणेच उपयुक्त होईल.

# प्रकरण १८

# सत्याची संकल्पना

राधाकृष्णन यांच्या तत्त्वज्ञानामध्ये सत्याची प्रस्तुती जगाचा तार्किक आधार किंवा तार्किक मान्यता म्हणून केली आहे. अस्तित्त्वाच्या सर्व विधी, व्यवस्था, प्रयोजन आणि विकासाच्या ढंगाने व्याख्या करण्यासाठी, यानुसार एखादा तरी मूळ आधार असणे आवश्यक आहे. नाही तर त्याच्या व्यापकतेची कोणतीही सार्वभौम व्याख्या करणे शक्य होणार नाही. हाच मुलाधार सत्य आहे. त्यांच्याच शब्दात सांगायचे तर, 'हे अस्तित्त्व का आहे? कोणत्याही वस्तुची सत्ता का आहे? जर सर्व वस्तू विलुप्त झाल्या तर पूर्ण शून्यता मागे राहील. जर ही शून्यता व्यवस्थित न केल्यामुळे किंवा तिच्यामध्ये अस्तित्त्व अपूर्ण किंवा अस्थिर असेल तर जे काही अपूर्ण आहे, ते स्वतः आपल्या आधाराने राहू शकत नाही. कारण ज्या सीमेपर्यंत ते अपूर्ण आहे, त्या सीमेपर्यंत ते अस्तित्वरहीत आहे. उपनिषिदात आपल्याला या जगाच्या या अपूर्ण अस्तित्त्वाचे सर्वोच्च आणि परिपूर्ण अस्तित्त्वाकडे घेऊन जाते. जगाच्या अस्तित्त्वाचा अर्थ आहे, सत्याला प्राथमिकता.'

भारतीय आध्यात्मिक परंपरेमध्ये सत्‌च्या व्याख्येमध्ये दोन सत्तांची चर्चा केली आहे. एक ब्रह्म आणि दुसरा ईश्वर. राधाकृष्णन यांनीही भारताची ही परंपरा आपल्या तत्त्वज्ञानामध्ये स्वीकारत ब्रह्म आणि ईश्वराच्या सत्‌ रूपाला प्रतिष्ठित केले आहे. पण काय या प्रतिष्ठेमुळे त्यांचे तत्त्वज्ञान तात्विक अंगिकारतेचा बळी होत नाही का? का यांची प्रतिष्ठा मानवतावादी ध्येयावर आघात करीत नाही का? कारण मानवतावाद माणसाचे सर्वोच्च सत्याच्या स्वरूपात प्रतिष्ठित करून कोणत्याही अतिनैसर्गिक सत्तेच्या विरूद्ध अविश्वास व्यक्त करते. आपल्या सध्याच्या विवेचनाम्ध्ये हे दोन्ही प्रश्न महत्त्वाचे आहेत की, याच प्रश्नांच्या परिपेक्ष्यांमध्ये आपण राधाकृष्णन यांची संगती आणि असंगती स्पष्ट करण्याचा प्रयत्न करणार आहोत.

सर्वप्रथम शंकराच्या अद्वैतवेदांतांच्या प्रभावामुळे राधाकृष्णन यांनी सत्‌साठी ब्रह्माचा वापर केला आहे. पण आपल्यावर पडलेल्या जबाबदारीच्या जाणीवेमुळे त्यांनी याच सत्तेसाठी 'निरपेक्ष' शब्दाचा वापर केला आहे. भारतीय परंपरेमध्ये प्रभावी असलेल्या एकवादाचे पोषण करणे, हे त्यांच्या तत्त्वज्ञानाचे ध्येय होते. याच ध्येयामुळे संचलित होऊन त्यांनी असे समजले की 'ब्रह्म हे विश्वातील मूळ सत् आहे. जे निरपेक्षता एक असून संपूर्ण विश्व याच एका सत्याची अभिव्यक्ती आहे. ही मूलतः अध्यात्मिक सत्ता आहे. ती एक सर्वव्यापी सत्ता आहे. ती अव्यक्त आहे. तिची व्याख्या केली जाऊ शकत नाही.'

आता प्रश्न असा निर्माण होतो की ब्रह्माला ही स्वीकृती मानवतावादी आदर्शांचे खंडन करीत नाही का? नक्कीच जे सत् मानवी अवाक्याच्या पलिकडे आहे, त्याची मानवी जीवनासाठी काहीही उपयुक्तता नाही. संभवतः राधाकृष्णन यांना या अडचणीची कल्पना असावी, याच कारणामुळे एका बाजूला तर त्यांनी ब्रह्मासाठी त्यांच्या संबोधनांना शक्य मानले आहे, ज्यामुळे त्यांच्या मानवतावादी आकांक्षाची पूर्तता होऊ शकेल. त्याचबरोबर दुसऱ्या बाजूला उपनिषिदांना आधार बनवून माणसाला ब्रह्माच्या पातळीपर्यंत आरोहित करून मानवतावादी आदर्शांना संरक्षित ठेवण्याचा प्रयत्न केला आहे. त्यांच्या अनुसार ब्रह्म अवर्णनीय आहे,हे ठीक आहे. तरीही त्यांनी त्याच्यासाठी काही भावनात्मक लक्षणे नक्की केली आहेत. ब्रह्म सर्व पूर्णत्वाने युक्त आहे. तो अविश्लेष्य आणि अखंडित आहे. इथे लक्षात घेण्यासारखे तथ्य हे आहे की, ब्रह्माच्या संबंधात सादर करण्यात आलेल्या वरील अभिव्यक्तींपैकी फक्त असीम आणि अनंत या दोन सोडून बहुतेक मानवाच्या संदर्भातही व्यक्त होतात. माणूसही जैविकीय समायोजित पूर्णतः आहे, ज्याच्याकडे आपले हीत पाहण्याची अदभूत क्षमता आहे. तसेच या सर्वांच्या वर एका पूर्णतेच्या स्वरूपात तोही अंतरिक अविछेद्य आहे कारण त्याचे जैविकीय अंश एकस्वरतेमध्ये काम करतातत. त्यामुळे राधाकृष्णन यांचा ब्रह्म मानवी अवाक्या बाहेरची कोणतीही अमूर्त संकल्पना नाही तर ते एक असे सत् आहे, ज्यामध्ये मानवतावादी भावनांची तुष्टी होते. पुनः राधाकृष्णन यांच्याद्वारे मानवतावादी भावनांची तुष्टी करण्यामध्ये जे सत्य बलवान स्वरूपात प्रतिष्ठित केले आहे, ते आहे जीवात्मा आणि ब्रह्माशी एकत्त्व. उपनिषिदांच्या 'तत्त्वमीसी' सारख्या सूत्रवाक्यांमध्ये मार्ग निर्देश मिळवून त्यांनी हे स्पष्ट केले आहे की ब्रह्म आणि जीवात्मा एकच चैतन्य आहे. या एकत्वाच्या आदर्शामध्येच मानव शाश्वताला आपल्या जीवनामध्ये, अंनताला आपल्या प्रेमामध्ये साक्षात अनुभवू

शकतो. राधाकृष्णन यांच्या दृष्टीने एक एकत्त्व व्यक्तिनिष्ठ कल्पना किंवा स्वप्न नाही, तर एक स्फूर्तिदायक सत्य आहे. हीच शाश्वताची चेतना जीवनाला अर्थ मिळवून देत असते कारण जर ही चेतना नसेल तर जीवनाला काहीही अर्थ असत नाही.

राधाकृष्णन यांच्या तत्त्वज्ञानाचे वादग्रस्त वैशिष्ट्ये असे आहे ब्रह्माच्या सोबतच परमेश्वराला स्वीकृती. वादग्रस्त यासाठी की समीक्षकांच्या मते परमेश्वराला दिलेली ही मान्यता फक्त शुद्ध तत्त्व मिमांसा भावनेशी असंगत आहे. तसेच मानवतावादी दृष्टिकोनानेही त्याची संगती स्वीकारली जाऊ शकत नाही. मानवतावाद मानव केंद्री तत्त्वज्ञान आहे. ज्यासाठी सर्वोच्च सत्ता स्वतः माणूसच आहे. आता अशा स्थितीमध्ये परमेश्वराच्या रूपामध्ये एखाद्या अनैसर्गिक सत्तेला मान्यता देणे म्हणजे नक्कीच या तत्त्वज्ञानाच्या मूळ भावनेवर आघात करणे आहे. हेच कारण आहे की आपल्या मानवतावादी भावनांच्या संरक्षणासाठी आधुनिक (वैज्ञानिक) मानवतावाद स्वतःला निरिश्वरवादी स्वरूपात व्यक्त करतो. राधाकृष्णन यांनी परमेश्वराला मान्यता देऊन स्वतःला असंगत केले आहे का? विवेचनाच्या क्रमामध्ये सर्वात पहिल्यांदा पहिली आपत्ती ही आहे की, ब्रह्माच्या स्वीकृतीसोबत परमेश्वराला स्वीकृती देऊन व्याघात काही जन्म देत नाही? हे स्पष्ट करण्यासाठी पूर्वी आपण काही तथ्ये प्रकाशात आणायला हवीत.

धार्मिक मनोवृत्तीने संचलित होऊन राधाकृष्णन यांनी परमेश्वराला स्वीकृती प्रदान करीत या ब्रह्माची क्रियात्मक आणि सृजनात्मक शक्ती म्हणून प्रतिष्ठित केले आहे. याच्या अनुसार सृष्टीच्या मागे एक सृजनात्मक शक्ती आहे. हीच सृजनात्मक शक्ती विश्वाची निर्माती असून निर्माता परमेश्वर आहे. त्यामुळे राधाकृष्णन यांच्यानुसार ईश्वरही ब्रह्मापेक्षा वेगळी किंवा वरची सत्ता नाही, तर ती एक ब्रह्माचीच सृजनात्मक बाजू आहे. मूळ सत् ब्रह्म आहे. पण सृष्टी अर्थात ब्रह्मांडाच्या स्वरूपात तोच ईश्वर म्हणून समोर येतो. ''सर्वोच्च सत्तेला आपण जेव्हा ब्रह्मांडापासून वेगळे करून पाहतो तेव्हा त्याला पूर्ण ब्रह्म म्हणतो. जेव्हा त्याला ब्रह्मांडाशी संबद्ध स्वरूपात पाहतो तेव्हा त्याला परमेश्वर म्हणतो. पूर्ण ब्रह्म परमेश्वराची ब्रह्मांडाच्या सृष्टीच्या आधीची प्रकृती आहे आणि परमेश्वर ब्रह्मांडीय दृष्टिकोनाच्या आधी पूर्ण ब्रह्माचे रुप आहे.''

पण काय शुद्ध तत्त्व तत्त्वज्ञविषयक भावनेशिवाय कोणताही आघात ब्रह्म आणि परमेश्वर दोघांनाही सत्य स्वरूपात स्वीकृती दिली जाऊ शकते? जर राधाकृष्णन यांच्या बाबतीत सृष्टी कार्याच्या उद्देशाने परमेश्वराला ब्रह्माचा एक पक्ष समजले तर तशा

स्थितीमध्ये ब्रह्मामध्ये स्वगत भेद निर्माण होतो आणि या उत्पत्तीमुळे नक्कीच परमसतच्या अद्वैतवादी स्वरूपावर जोरदार आघात होतो. शुद्ध एकतत्त्ववादाचे प्रबळ समर्थक शंकराला नक्कीच हे अनभिज्ञ होते, याच कारणामुळे त्यांनी आपल्या अद्वैतवादी तत्त्वज्ञानामध्ये त्यांनी दृष्टीभेद-पारमार्थिक दृष्टी आणि व्यवहारिक दृष्टीचा फरक सांगितला आहे. ज़्याच्या आधारे त्यांना परमेश्वराचे फक्त व्यवहार्य सत्याच्या स्वरूपात प्रतिष्ठीत करण्याचा मार्ग सापडला आहे. तसेच बरोबरीने आपल्या शुद्ध एकत्त्ववादाच्या संरक्षणासाठी हे तथ्य प्रतिपादित करण्याचाही मार्ग सापडला आहे की पारमार्थिक दृष्टीने परमेश्वरच नाही.

राधाकृष्णन शंकरांच्या या विचारांशी सहमत नाहीत. पण त्यांची ही असहमती त्यांच्यासारख्या नव वेदांतीला असंगत करीत नाही का? नक्कीच राधाकृष्णन नववेदांती आहेत. ते शंकरापर्यंतचे पोषक आणि व्याख्याकारही आहेत, पण त्याचे अंध उपासक किंवा कट्टरपंथी पूजारी नाहीत. त्यांनी शंकराच्या अद्वैतवादाच्या केंद्रिय सत्याला सर्वोच्च आणि स्वतः सिद्ध समजून त्याची व्याख्या अशा प्रकारे केली आहे की, ती वैज्ञानिक माणसासाठी सुगंध झाली आहे. वास्तविक पाहता त्यांच्या तत्त्वज्ञानाचा एक विशिष्ट दृष्टिकोन आहे आणि तो आहे, वर्तमान आवश्यकतेनुसार तत्त्वज्ञान सावरणे. सत्याची संकल्पना स्पष्ट करणे आणि त्याला वैज्ञानिक चेतनेने युक्त करण्याचा त्यांच्या वतीने श्लाघ्य प्रयत्न झाला आहे. एकवाद त्याचा दयाधन आहे, पण त्याचे पालन पोषण वैज्ञानिक वातावरणात झाले आहे. व्यापक अध्ययन, गहन चिंतन, मनन आणि अंतदृष्टीने त्याची समनव्यात्मक तत्त्वज्ञविषयक प्रबुद्ध चेतना परिपक्व केली आहे. त्यांनी ब्रह्मवादाचे सफल आणि अभिनव अनुज्ञान दिले आहे. ब्रह्म आणि परमेश्वर यांच्या दरम्यान त्यांना जी पारददर्शिकता दिसली, ती त्यांची देणगी होती. ब्रह्म आणि परमेश्वर मूलतः भीन्न नाही. त्यांची भिन्नता जातिगत नाही तर श्रेणीगत होती. दोघांमध्ये विरोध पाहणे, एक सत्याला दुसऱ्याच्या तुलनेत मिथ्या म्हणणे असंगत आहे. सत्य हेच आहे की राधाकृष्णन यांच्या तत्त्वज्ञानाचे ब्रह्म आणि परमेश्वराचे स्वरूप हेच सारतत्त्व आहे, ज्यामध्ये तात्त्विक सत्यापासून व्यवहारिक सत्यापर्यंतचा समावेश होतो.

राधाकृष्णन यांच्या अनुसार आजची वैज्ञानिक चेतना विशुद्ध तात्त्विक आहे किंवा जे जीवनाच्या विविधांगी व्याख्या तसेच जगाची गत्यात्मकता यावर प्रकाश टाकते त्या सत्याला ग्रहण करण्यास असमर्थ आहे. वैज्ञानिकांना हे श्रेय मिळते की त्यांनी विश्व परिवर्तन आणि विकास सिद्ध करून विकासवादाची प्रामाणिकता स्थापन केल. तेव्हापासून जीवनाशी संबंधित कोणताही सिद्धांत जीवनाच्या विकासात्मक बाजूची अवहेलना करू

शकला नाही. राधाकृष्णन हे मान्य करतात की जीवन एक विकासक्रम आहे. अदि आणि अंत अज्ञात आहे. आपल्याला फक्त मध्य माहीत आहे. जे परिवर्तनाच्या स्थितीमध्ये आहे. राधाकृष्णन यांचे असे म्हणणे आहे की, जगाचे परिवर्तनशील स्वरुप पूर्णपणे स्पष्ट आहे, पण विज्ञान त्याच्या अंतरिक प्रयोजनावर प्रकाश टाकू शकते का? त्यांचे असे म्हणणे आहे की जगातील अंतर्निहित हेतू आणि धार्मिक चेतनेची मागणी विज्ञान समजू शकत नाही. हे योग्य आहे की विकासाच्या सिद्धांताने सर्वांना समानपणे आकर्षित केले आहे. तत्त्वज्ञानासाठीही ते एक महत्त्वाचे आकर्षण आहे. जगाचा अदि आणि आरंभ यावर तत्त्वज्ञानींनी विचार केला आहे, तसेच या जगाच्या उत्पत्तीचे कारण काय आहे, यावरही सर्वांनी मनन केले आहे. जर जगाचे कारण अपरिवर्तनशील ब्रह्म असेल, तर जगामध्ये परिवर्तन कसे काय होऊ शकते? कार्य आणि कारण वेगवेगळ्या प्रवृत्तीचे कसे काय असू शकतात? जर ब्रह्म स्थैतिक असेल तर हे जगही स्थितीक असायला हवे. जगाचा विकासक्रम तेव्हाच समजला जाऊ शकतो, जेव्हा त्याचा आधार सत्य गत्यात्मक असू शकतो. राधाकृष्णन यांच्यानुसार गतिहीन आणि गती यांच्यातील फरक कालातित आणि काळ यातील आहे. जर कालातित सत्य असेल तर काळ असत्य आहे. तसेच जर काळ सत्य असेल तर काळातित असत्य आहे. कालातित आणि काळ यांच्यातील फरक मानवी स्वभावाच्या अभिन्न, पण वरवर पाहता विरोधी तत्त्वांची उपज आहे. बुद्धि आणि हृदय तसेच चिंतन आणि भावनेतही कालातित आणि काळाची धारणा स्वीकारली आहे. या विरोधी समजांनी आणि मानवी स्वभावजन्य अधिकारांच्या पूर्ततेसाठी राधाकृष्णन यांनी ब्रह्म तसेच ईश्वर दोघांनाही मानवी जीवनात प्रतिष्ठित केले आहे.

राधाकृष्णन यांनी परमेश्वराची प्रतिष्ठा देण्यामागे एक मानवतावादी कारणही आहे. माणसाच्या काही मूल्यवान आकांक्षांची पूर्तता होणे अजून बाकी आहे आणि ही पूर्तता अमूर्त ब्रह्माच्या संकल्पनेने होऊ शकत नाही, हे राधाकृष्णन यांना ज्ञान होते. त्यांना त्याचीही अभिज्ञा होती की कोणतीही तत्त्व मिमांसीय व्यवस्था, मग ती कितीही योग्य असली तरीही या मानवी आकांक्षांची अवहेलना करून शेवटी कोणत्याही मूल्याची राहू शकत नाही. परमेश्वर माणसाच्या उच्च्य आकांक्षांना यर्थार्थ करणाऱ्या रुपाचे प्रतिक आहे. त्यामुळे त्याची अवहेलना करून तत्त्वज्ञ दृष्टीची सार्थकता प्रतिपादित केली जाऊ शकत नाही.

अशा स्थितीमध्ये त्या निरिश्वरवादी मनोवृत्तीच्या विषयी काय म्हटले जावे, जे आधुनिक मानवतावादी विचारवंतांनी व्यक्त केले आहे? सर्वप्रथम आपल्याला ही मनोवृत्ती स्पष्ट करावी लागेल. सर्वेक्षणाच्या क्रमामध्ये आपल्याला असे आढळून येते की, या

मानवतावादी तत्त्वज्ञांच्यामध्ये काहींनी परमेश्वराच्या अस्तित्त्वाबद्दल संशय व्यक्त केला आहे, तर काहींनी असे मानले आहे की परमेश्वराचे ज्ञान करून घेण्याचे आपल्याकडे कोणतीहे वैध साधन नाही. पण बहुतेक विचारवंत असा विचार करतात की त्यांची केंद्रिय समस्या फक्त माणूस आहे, स्वतःला जाणून बुजून परमेश्वराच्या अस्तित्त्वाचा प्रश्न घेऊन कोणत्याही तार्किक वादात गुंतण्याचे ते टाळतात. या विचारवंतांचे तत्त्वज्ञविषयक सामर्थ्य माणसाच्या विकासाच्या विचारावर केंद्रित झालेले असून या क्रमामध्ये ते माणूस आपला विकास आणि आपल्या भविष्याचे निर्माण स्वतःच करीत असतो, हे तथ्य प्रतिष्ठित करण्यावर आपले लक्ष केंद्रित करतात. स्वाभाविकच त्यावेळी त्यांच्यासाठी परमेश्वराविषयीची चर्चा काहीही महत्त्वाची असत नाही. याच कारणामुळे ते परमेश्वरावरील चर्चेमध्ये सहभागी होत नाहीत. आता या मनोवृत्तीला काय म्हटले जावे? हा एक तर तार्किक -बौद्धिक निरिश्वरवाद असत नाही, समीक्षात्मक निरिश्वरवाद असत नाही की रुढीवादी निरिश्वरवाद असत नाही. परमेश्वराची सत्ता खंडीत करण्यावर त्यांचा विश्वास असत नाही, (त्यामुळे ते समीक्षात्मक निरिश्वरवादी नाहीत.) तसेच ते परमेश्वर नाही असे योग्य प्रकारे सिद्ध करण्याच्या फंदात पडत नाहीत.( अशा प्रकारे रुढीवादी नाहीत.) वास्तविक पाहता ते तर परमेश्वरापासून विरक्त आहेत. त्यांना परमेश्वराची काही आवश्यकताच वाटत नाही. ते माणसाला फक्त माणूस राहण्यासाठी सांगतात. त्यांची अशी कल्पना आहे की हे व्यवहारी जीवन परमेश्वराशिवाय पूर्ण करणे शक्य आहे. अशा प्रकारे ही मनोवृत्ती सिद्धांतता निरीश्वरवादी नाही तर व्यवहारिकता निरीश्वरवादी आहे.

राधाकृष्णन या व्यवहार्य निरीश्वरवादाशी अजिबात सहमत नाहीत. माणसापेक्षाही मोठी अशी एक आध्यात्मिक सत्ता आहे, असा त्यांचा विश्वास आहे. या सर्वव्यापी सत्तेसोबत एकात्मता स्थापन करणे हेच माणसाचे ध्येय असायला हवे. याच एकात्मतेच्या दृष्टीने त्यांनी म्हटले आहे की, ‘आपण एका सर्वव्यापी आत्म्याचा भाग आहोत. तो आपल्यामध्ये आरशाप्रमाणे प्रतिबिंबित होत असतो.” त्यांच्या नुसार ते दुसरे कोणी असो किंवा नसो, पण इतके आवश्य आहे की तो मानवामध्ये स्थित असलेला आत्मा आहे. तोच आपल्या सत्याचे मूळ सार आहे. ‘धर्म आणि समाज’ मध्ये त्यांनी स्पष्ट केले आहे, ‘ध्यानाचे ध्येय सर्वोच्च परमेश्वर तत्त्व आहे. जे अगदी योग्य अर्थाने अवर्णनीय आहे. ते सर्व रुपांच्या पलिकडे आहे. त्याला साध्या डोळयांनी कोणीही पाहू शकत नाही. त्याची कोणत्याही सुनिर्दिष्ट किंवा अनुभवगम्य वस्तुशी तुलना केली जाऊ शकत नाही. आपण फक्त इतके म्हणू शकतो की, तो आत्मा सर्वांचा शासक आहे, सर्वांचा स्वामी आहे. ’

परमेश्वर परम आध्यात्मिक सत् आहे, पण त्याचबरोबर हे आध्यात्मिक सत् कोणत्या ना क़ोणत्या रुपातील मानवात्मा आहे, जो या स्तरापर्यंत उर्ध्वगमित होतो. राधाकृष्णन यांच्या नुसार हेच जीवनातील मौलिक सत्य आहे. याच मौलिक सत्त्यापासून अनभिज्ञ राहून कोणताही माणूस एखाद्या दुसऱ्या देवाची पूजा-उपासना करीत असेल, तो असा विचार करीत असेल की तो एक आहे आणि उपास्य देवता दुसरी आहे, तेव्हा वास्तविकता अशी असते की त्याला सत्य माहीतच नसते. प्रत्येक माणसाच्या आतमध्ये हे अमरत्व विद्यमान असते. त्याला जर आपल्यामध्ये असलेल्या या अमरत्त्वाची जाणीव नसेल तर अशा स्थितीमध्ये तो म्हणजे कर्माच्या दोरीने बांधलेली एक कठपुतळी असते, जी अदृष्य शक्तीच्या झटक्यांमुळे इकडे तिकडे धक्के खात असते. त्याने जर आपल्या आत असलेल्या या सार्वभौमिक आत्म्याचे ज्ञान मिळविले तर त्याच्या कार्य स्वातंत्र्याला एक नवीन पार्श्वभूमी लाभते. राधाकृष्णन यांच्या नुसार दीनामधील दीन व्यक्तीमध्येही आत्म्याची ही ठिणगी विद्यमान असते. ज्याला सर्वाधिक शक्तिशाली साम्राज्यही चिरडून टाकू शकत नाही. आपल्या सर्वांचे मूळ एकच जीवन आहे. आपण सर्व जण एकाच सत्याचे अंश आहोत. अमरतेचे पुत्र, 'अमृतस्था पुत्रः'. या आनंदहीन दिवसांमध्ये आपण आपल्या मनाला सर्व युगांतील श्रेष्ठ पुरूषांची महान वचने आणि वीरतायुक्त कार्याने सशक्त करायला हवे. त्यामुळे शक्य आहे की असे आपल्याला वाटू शकते की आपण या वेळी पराभवाच्या काळात आहोत, पण हा पराभवही गौरव आणि इच्छेच्या तीव्रतेने शून्य असत नाही. माणसाच्या भावनेला चिरस्थायी परमेश्वर तत्त्वामध्ये विश्वास हाच प्रकाश आहे. ज्याच्या आधारे आपण मृत्यूच्या छायेतील घाटीपर्यंत न डगमगता चालत राहू शकतो.

राधाकृष्णनची ही उदभावना या तथ्याची ओळख करून देणारी आहे की, मानवतावादी भावनांच्या तुष्टीमध्ये त्यांनी फक्त परमेश्वराचाच स्वीकार केला आहे, असे नाही तर त्याची अपहरिहार्यताही स्वीकारली आहे. हा परमेश्वर माणसापासून वेगळी अशी काही सत्ता नाही, तर त्याची सत्ता त्याच्या सोबत एकत्त्वातही निहीत आहे.

वास्तविक पाहता राधाकृष्णन आपल्या मानवतावादी प्रवृतीने इतके काही प्रभावित आहेत की, त्यांनी असेही मान्य करून टाकले आहे की माणूस परमेश्वरापेक्षा भिन्न सत् नाही. कारण स्वतः माणसामध्येही ती असीमता दडलेली आहे, जी परमेश्वरामध्ये असते. या संकल्पनेमध्ये राधाकृष्णन यांच्या दोन उद्देशांची पूर्तता होते- एक तर याच्या सामर्थ्याने ते माणूस आणि परमेश्वराचे तादत्म्य स्थापन करण्यात सफल झाले आहेत

आणि दुसरे असे की हे तथ्य प्रदर्शित करण्यात सफल झाले आहेत की, दोघेही भिन्न आहेत. या अर्थामध्ये एकात ही असीमता गुप्त आहे की जोपर्यंत दुसऱ्यामध्ये ती व्यक्त होत आहे. अनेक वर्षे जुने बीज आणि वृक्ष या उपमेमध्ये हे तथ्य सुंदर प्रकारे व्यक्त होते. बीज आणि वृक्ष हे दोन्हीही मूलतः एक असतात कारण ती शक्ती जी वृक्षामध्ये व्यक्त होत असते, जी मुलतः बीजामध्ये असते. पण ती दोघेही भिन्न असतात या अर्थाने की बीजामध्ये विद्यमान असलेली शक्ती गुप्त स्वरूपात आहे तर वृक्षामध्ये ती शक्ती व्यक्त स्वरुपात असते. म्हणूनच राधाकृष्णन यांच्यानुसार परमेश्वरत्त्व माणसातच विद्यमान असते. त्यांनी स्पष्ट शब्दात म्हटले आहे की, 'आपल्या आत जो शाश्वताचा विचार विद्यमान आहे. तोच आपल्याला, आपण जे आता आहोत, त्यापेक्षा अधिक आदर्शवान आणि परिष्कृत होण्यासाठी प्रेरित करीत असतो. त्यानुसार प्रत्येक व्यक्तीमध्ये आत्म्याच्या गुप्त शक्ती दडलेल्या असतात, तसेच प्रत्येक व्यक्ती परमेश्वरत्त्व मिळवू शकतो. कारण की शाश्वत जीवन हा प्रत्येक व्यक्तीचा जन्मसिद्ध अधिकार आहे. त्यांनी जोर देऊन असे म्हटले आहे की, 'माणूस जसा दिसतो फक्त तसाच असत नाही. माणूस तर तो असतो, जो परमात्म्याने निर्माण केलेला असतो. त्याच्या आपल्या प्रतिभेच्या रुपात. विशाल ब्रह्मांडीय भावना माणसामध्ये साकार झाली आहे. त्यांच्या नुसार माणूस एक सूक्ष्म ब्रह्मांड आहे. जो जगातील सर्व पातळ्यांवर -खनिद, उदभीज, प्राणीज, मानवी आणि आध्यात्मिक यांचे मिश्रण आहे. सर्व शक्ती प्रछन्न स्वरूपात त्याच्यामध्ये विद्यमान आहेत. तसेच जगत आपला सृजनात्मक उपक्रम त्याच्या माध्यमातून सुरू ठेवीत आहे. आता त्याला आपल्या जगाला आणि स्वतःला सृजनात्मक रूप द्यायचे आहे.'

निष्कर्षतः असे म्हणता येऊ शकते की राधाकृष्णन यांचे तत्त्वज्ञान मानवतावादी चेतनेने अनुप्राणित आहे. जिथे मानवात्मा आणि ब्रह्माच्या अपूर्व संयोजनाने तसेच माणसामध्ये असलेल्या परमेश्वरत्वाच्या अनुपम अनुभूतीने मानवतावादाला एका विशिष्ट रंगाने रंगवून टाकले आहे आणि तो रंग आहे- आध्यात्माचा रंग.

# प्रकरण १९

# जगाची संकल्पना

तत्त्व -मिमांसेचे एक प्रमुख कारण जग किंवा या विश्वाची व्याख्या करणे हेही आहे. असे जग ज्यामध्ये माणूस जन्माला येतो. मोठा होतो. जगण्यासाठी सतत संघर्ष करीत राहतो. शेवटी मरून जातो. हे जग काय आहे? ते कोठून आले आहे? त्याची अवस्था काय आहे? हे काही असे मूळ प्रश्न आहेत, ज्यांनी सर्व प्रबुद्ध माणसांना सुरूवातीपासूनच आंदोलित केले आहे. राधाकृष्णन यांना या मूळ प्रश्नांचे ज्ञान होते. याच कारणामुळे आपल्या तात्त्विक मिमांसेच्या विवेचनामध्ये त्यांनी या प्रश्नांबद्दल योग्य आदर व्यक्त केला आहे. यावर विवेचन करीत असताना त्यांच्या समोर दोन आदर्श होते. एक आदर्श होता आजच्या युगात प्रभावी असलेला वैज्ञानिक मानवतावादी आदर्श ज्याने फक्त या जगाला यथार्थ समजले असे नाही, तर त्याला माणसाची कर्मभूमी म्हणूनही स्वीकारले आहे. परलौकिक सत्तेबद्दलचा अविश्वासाच्या प्रभावी वृत्तीने संचलित होऊन याने फक्त त्याच ध्येयाचा आणि आदर्शांचा उल्लेख केला आहे, जे या कर्मक्षेत्राशी संबंधित आहेत. यापेक्षा भिन्न असा दुसरा आदर्श होता भारतीय परंपरेतील. तो आध्यात्मवादी आदर्श जो एकवादाची स्थापना करण्यामध्ये सर्वांसोबत जगाच्या यथार्थतेचा निषेध करते.

राधाकृष्णन यांच्या बाबतीत सर्वात उल्लेखनीय बाब अशी आहे की त्यांनी परंपरेबद्दलचा आपला आग्रह आवश्य प्रकट केला आहे, पण अंधानुकरण नाही. वर्तमान युगातील चेतनेची मागणीही त्यांच्यासाठी महत्त्वाची होती. त्यामुळे ते अंतःमनात विद्यमान असलेल्या अध्यात्माला नाकारू शकत नव्हते. तसेच ते आपल्या काळाच्या मागणीकडेही डोळेझाक करू शकत नव्हते. याच कारणामुळे जगासंबंधी त्यांनी अशा एका दृष्टीचे सर्जन केले, ज्या अंतर्गत त्यांच्या आध्यात्मिक अंतःचेतनेला समाधानही मिळते, त्याचबरोबर वर्तमान युगाच्या मागणीची पूर्तताही शक्य आहे. याबाबतीत त्यांनी आपल्या जगत विवरणमध्ये

जिथे जगांसंबंधी वैज्ञानिक स्थापनांना, इथपर्यंत की सामान्य भौतिकवादी मान्यतांनाही समाविष्ट करण्याचा प्रयत्न केला आहे. त्याचबरोबर या विवरणामध्ये जगाचे मूळ असलेल्या अध्यात्मिकतेवरही भर दिला आहे. इथे उल्लेखनीय आहे की त्यांच्या या प्रयत्नांमध्ये कुठेही काहीही विरोध नाही. कारण त्यांची स्पष्ट मान्यता अशी राहिली आहे की जगाच्या आध्यात्मिक विवरणामध्ये जगाचे वैज्ञानिक आणि भौतिकवादी विवरणही समाविष्ट आहे. ही संकल्पना स्पष्ट करण्यासाठी तसेच त्याच्या बरोबरीने मानवतावादी संगति समोर आणण्यासाठी आपण व्याख्येच्या वेगवेगळ्या बाजूला आपला आधार बनवूयात.

**ज़गाची उत्पत्ती**

आध्यात्मवादी भावनांचे संरक्षण आणि धार्मिक चेतनेची पूर्तता करण्यामध्ये फक्त राधाकृष्णनच नाही तर समकालीन बहुतेक सर्व भारतीय विचारवंतांनी जागाला सृष्टीचा परिणाम समजले आहे. हे जग म्हणजे परमेश्वराची सृष्टी आहे. रवींद्रनाथ टागोर यांनी असे मानले आहे की, सृष्टीची क्षमता परमेश्वराचे लक्षण आहे. याचा अर्थ असा आहे की परमेश्वर फक्त सृष्टीकर्ता आहे. अर्थात उलल्लेखनीय बाब अशी की ही सृष्टी निर्माण करणे हे काही त्याची एखादी मजबुरी, एखादे ओझे किंवा एखादे बंधन नाही तर ती त्यांच्या आनंदमय स्वरूपाची एक अभिव्यक्ती आहे. सृष्टी हा सृष्टीकर्त्याचा एक खेळ आणि आनंद आहे. अरविंद यांनीही या तथ्याची पुष्टी केली आहे. कारण ते म्हणतात की अल्हाद हे सृष्टीचे रहस्य आहे. अल्हादामध्येच सृष्टीचा उदभव आहे. सृष्टी आनंदाचा खेळ आहे. राधाकृष्णन यांच्या जगत विचाराच्या सृजनामध्ये या विचारांनी महत्त्वाची भूमिका बजावली आहे. त्यांनीही याच परंपरेमध्ये हे मान्य केले आहे की ही सृष्टी परमेश्वराची देणगी आहे. तसेच हे विश्व परमेश्वरी योजनेची अभिव्यक्ती आहे. पण रवींद्रनाथ टागोर यांच्यासारख्या काही विचारवंतांचे वेगळेपण यामध्ये आहे की, त्यांनी जिथे सृष्टीसाठी परमेश्वराला अनिवार्य समजले आहे, त्याच ठिकाणी राधाकृष्णन यांनी या सृष्टीला 'अकस्मिक' म्हणून स्वीकारले आहे. त्यांच्या मतानुसार परमेश्वरीय शक्यतांना स्वरूप देण्यासाठी जगाच्या रूपामध्ये व्यक्त होणे, हा सृष्टीचा अर्थ आहे. ही सृष्टी वास्तवात परमेश्वरी स्वातंत्र्याची अभिव्यक्तीही आहे. असे काहीही नाही की परमेश्वरासाठी ही सृष्टी अनिवार्य असून हीच सृष्टी असावी किंवा सृष्टी अशीच असावी. हा परमेश्वरी खेळ किवा लीला आहे. तसेच हे परमेश्वरी स्वातंत्र्य आहे की अनंत शक्यतांपैकी कोणत्या एखाद्या शक्यतेला व्यक्त रूप दिले जावे. आता कोणतीही एखादी शक्यता व्यक्त करण्याचे आधी ठरलेले नसेल, तर त्याचा अर्थ असा झाला की ही संभवना व्यक्त होणे अकस्मिक आहे.

### जगाची विशिष्ट लक्षणे

राधाकृष्णन यांनी जगाचे विवरण सादर करताना त्याची तीन विशिष्ट लक्षणे स्वीकारली आहेत :-

(क) हे जग व्यवस्थित आणि परिपूर्ण आहे. म्हणजेच याचा अर्थ असा की या जगातील प्रत्येक बाजू एक दुसऱ्याशी योग्य प्रकारे संबंधित आहे. इथे उल्लेखनीय गोष्ट अशी की राधाकृष्णन यांनी इथे हेही मान्य केले आहे की, या पारंपरिक सबंधांमध्ये अधिक गडद होण्याची प्रवृत्ती सामावलेली आहे. तसेच यावरून दुसरी एक अशी गोष्ट स्पष्ट होते की हे जग त्याच्या भागापासून किंवा अंगापासून वेगळे केले जाऊ शकत नाही. राधाकृष्णन यांचे स्पष्ट मत असे आहे की, 'या जगात आपण जे काही पाहत असतो, ती सत्तेची क्षेत्रे नसून क्रियांचे कालांश आहेत. प्रकृतीची प्रक्रिया एक अखंड आणि अनावृत्त आहे. ती निश्चित गुण असलेल्या स्थितीशील सत्तांमध्ये एक अनावृत्त साखळी नाही.'

(ख) यामुळे जे दुसरे लक्षण समोर येते ते असे की, हे ज़ग पूर्णपणे गतिशील आणि क्रियाशील आहे. प्रकृती सतत सक्रिय आहे. तिची कोणतीही अवस्था अंतिम अवस्था नाही. 'प्रकृतीच्या सातत्यपूर्ण प्रवाहामध्ये विश्रांती नाही की विराम नाही. प्रकृती आपल्या स्थितीमुळे कधीही समाधानी होत नाही. ती सतत नवीन स्थिती मिळविण्याचा प्रयत्न करीत असते.'

(ग) ही जगत प्रक्रिया काही एखादी यांत्रिक प्रक्रिया नाही, तर त्यामागे एक निश्चित असे प्रयोजन आहे. आधीच हे स्पष्ट केले आहे की, राधाकृष्णन यांची प्रकृतीवादी समजुतीला मान्यता नव्हती. याच असहमतीच्या वृत्तीमुळे संचलित होऊन त्यांनी जगाच्या स्वरूपाच्या तात्त्विक प्रवृत्तीमध्ये प्रकृतीवाद निरस्त केला आहे. त्यांच्या विचारात प्रकृतीवादी व्याख्या वास्तवात एक यंत्रवादी व्याख्या आहे. अशा प्रकारच्या यंत्रवादी व्याख्यांची वास्तविकता अशी आहे की ती कोणतीही व्याख्या सादर करीत नाही. राधाकृष्णन यांच्या नुसार हे जग काही एखादी मशिनरी व्यवस्था नाही. याच्या सर्व प्रक्रियामागे एक निश्चित असे प्रयोजन आहे. ती सतत कोणत्या ना कोणत्या ध्येयाच्या दिशेने अग्रेसर असते. हे विश्व घटनांचा अर्थहीन कोलाहल नाही, त्यामध्ये संगती आणि दिव्य प्रयोजन आहे. इतिहासातील प्रत्येक घटना आणि प्रत्येक क्षण यामधून हीच दिव्यता व्यक्त होते.

### ज़गाची स्थिती

**(क) जगाच्या यथार्थतेचे प्रतिपादन :** राधाकृष्णन यांच्यानुसार हे जग अकस्मिक आहे. पण महत्त्वाची गोष्ट अशी की ते अकस्मिक असले तरीही हे जग यथार्थ आणि वास्तविक आहे. वास्तविक पाहता समकालिन भारतीय तत्त्वज्ञानामध्ये ज्या काही

सार्वभौम प्रवृत्ती आहेत. त्यामध्ये जगाच्या यथार्थतेचे प्रतिपादन एक आहे. याच प्रवृत्तीमुळे संचलित होऊन जवळपास सर्वच भारतीय तत्त्वज्ञांनी जगाच्या यथार्थतेवर भर दिला आहे. पण या सामर्थ्यामुळे त्या आध्यात्मवादी प्रवृत्तीवर आघात होत नाही का? ज्याच्या अंतर्गत सत् चे एकात्म स्वरूप स्थापित करण्यात आले आहे. नक्कीच काही तरी जोरदार कारण आहे, ज्याने या सर्व तत्त्वज्ञांना आपणच स्थापन केलेल्या मान्यतांना खंडित करण्याची जोखीम घेत जगाची यथार्थता मान्य करण्यासाठी भाग पाडले आहे. आणि ते कारण आहे - मानवतावादी आकांक्षाची पूर्तता. पण तरीही हा प्रश्न आहे की शेवटी मानवतावाद जगाची यथार्थता मानण्यावर इतके भर का देतो? त्याची काही कारणे स्पष्ट करण्याचा खाली प्रयत्न केला आहे-

सर्वात पहिल्यांदा जीवन आणि क्रियांचा बोध माणसाला हे मान्य करण्यासाठी भाग पाडतो की त्या सर्व वस्तू, ज्यांच्या संपर्कात तो येतो, त्याच्या जीवनासाठी प्रासंगिक आणि महत्त्वाच्या असतात. प्रकृतीच्या विरूद्ध प्रवाहाशी तो संघर्ष करीत राहतो. जगत प्रक्रिया सदैव त्याच्या सामर्थ्याच्या प्रवृत्तीत प्रवाहाला स्वतः बांधण्याचा प्रयत्न करीत असते. प्रकृतीच्या या विरोधी प्रयत्नामुळे त्याचा संघर्ष सतत सुरू असतो. या संघर्षाच्या दरम्यान तो आपल्या सामर्थ्याला एक नवीन रूप आणि नवीन दिशा मिळवून देतो. तसेच आपल्या सर्व क्रियकलापांचे समायोजन करतो. परिणामी माणूस असे समजण्यासाठी भाग पाडला जातो की या विरोधी शक्ती तितक्याच यथार्थ आहेत, जितका तो स्वतः आहे.

शिवाय आजचा माणूस वैज्ञानिक ज्ञान मिळविण्यात पूर्णतः सक्षम झाला आहे. त्याने मिळविलेले हे वैज्ञानिक ज्ञान या संवृत्ती जगाची वास्तविकता मान्य करण्यासाठी भाग पाडीत असते. आज दैनंदिन जीवन विज्ञानाने पूर्णपणे प्रभावित आहे. आज वैज्ञानिक पद्धती म्हणजे फक्त ज्ञान मिळविण्याचा मार्ग नाही तर तो सर्व वस्तूंच्या निर्मितीचा आणि त्यांचे मूल्यांकन करण्याचा निष्कर्षही झाला आहे. या सत्याचा बोध हे सुद्धा याचे कारण आहे की माणूस कशामुळे बुद्धी जगत भ्रमाचे समज खंडित करीत आहे.

शिवाय आणखी मग महत्त्वाचे तथ्य हे आहे की माणूस त्या स्थितीपर्यंत पोहचला आहे, तो सत्याचे विश्लेषण करू शकतो. कारण आज त्याने आपल्या विचारांची क्षमता विकसित केली आहे. त्यामुळेच स्वाभाविकरित्या त्याने आपल्या सत् प्रवृत्तीवरही विचार करायला सुरूवात केली आहे. त्याचाच हा परिणाम आहे की तो आपल्या आतमध्ये 'शारीरिक' आणि 'श्रेष्ठत्तर' बाजूमंधील फरक स्पष्ट करण्याच्या अवस्थेला आला आहे. अनेक वर्षांपर्यंत श्रेष्ठत्तर च्या रहस्यात्मक प्रकृतीमुळे तो भयभीत होता, त्याचे कारण

शारीरिक क्षमता कमी समजण्यासाठी त्याला भाग पाडले जात होते. आता तशी स्थिती नाही. वैज्ञानिक ज्ञानाच्या सहाय्यतेने जसे त्याने आपल्या सतच्या शारीरिक बाजूचे विश्लेषण करण्यात सफलता मिळविली आहे, त्याचबरोबर प्रकृतीचा वास्तविक बोध मिळविण्यातही तो सफल झाला आहे. त्याच्या याच बोधाने त्याला हाही बोध करून दिला आहे की, श्रेष्ठत्तर बाजूचा उदभवही शारीरिक बाजूंमध्येच होतो. आता त्याला हेही माहीत झाले आहे की, श्रेष्ठ सदगुण आणि मूल्ये ही सुद्धा वास्तवात शारीरिक बाजूच्या शिस्तीच्या एक प्रकाराचे काही परिणाम आहेत. त्यामुळे जर काही श्रेष्ठ प्रकारचे सत् असेल तर ते हे आहे की, त्याने शारीरिक बाजू जगाच्या भौतिक बाजूशी समांतर अशी स्वीकारली आहे. त्यामुळेच जर माणसासाठी शारीरिक बाजू मूल्यवान असेल तर तशा स्थितीमध्ये जगाच्या भौतिक स्थितीचेही मूल्य चुकते करावे लागेल.

हे स्पष्ट आहे की वर्तमान युगाची चेतना मानवतावादी विचारांच्या पोषणासाठी जगाची यथार्थता स्वीकारण्याची मागणी करते आणि राधाकृष्णन तसेच त्यांचे समकालिन भारतीय तत्त्वज्ञ या मानवतावादी मागणीची अवहेलना करण्यात स्वतःला असमर्थ समजतात. त्यांच्या अंतरात मानवतावादी चेतना त्यांना जगाची यथार्थता स्वीकारण्यासाठी बाध्य करीत आहे. हेच कारण आहे की या लोकांनी पंरपरमेमध्ये प्रभावी असलेले जगत भ्रम किंवा मायेचा सिद्धांत एक तर पूर्णपणे बहिष्कृत केला किंवा त्याला नवीन अर्थ देण्याचा प्रयत्न केला. जिथपर्यंत राधाकृष्णन यांचा प्रश्न आहे. 'भगवतगीतेमधील मायेचा अर्थ विश्लेषण करीत राधाकृष्णन यांनी हे स्पष्ट केले आहे की माया हा शब्द मा धातूपासून तयार झाला आहे. त्याचा अर्थ तयार करणे, निर्माण करणे, रचना करणे आहे. मूलतः या शब्दाचा अर्थ होता रूप निर्माण करण्याची क्षमता. अशी सृजनात्मक शक्ती जिच्या द्वारे परमात्मा या विश्वाची निर्मिती करीत असतो. तिलाच 'योगमाया' म्हणतात. या गोष्टीचा कोणताही संकेत नाही की मायाद्वारा परमात्मा किंवा मायेच्या रुप निर्माण करण्याच्या शक्तीद्वारे उत्पन्न करण्यात आलेले रूप, घटना आणि वस्तू म्हणजे फक्त भ्रम आहेत. वास्तविक पाहता राधाकृष्णन यांनी हे स्पष्ट करण्याचा प्रयत्न केला आहे, की यथार्थामध्ये शंकराचा मायावाद स्वतःच जगत मिथ्यात्वाचा विरोधी आहे. त्यांच्यानुसार हा असे सांगतो की विश्वाची पुनर्व्याख्या आवश्यक आहे. आध्यात्मिक अनुभव विश्वाच्या विविधतेवर आक्रमण करते. ते त्याला ब्रह्ममय पाहते. शंकरच नाही तर उपनिषदही, ज्याच्या मूळ सिद्धांतांच्या खऱ्या व्याख्येसाठी शंकर ठाम आहे, अमूर्त एकतेचा स्वीकार करीत नाहीत. असीम-ससीमचे निराकरण करीत नाही. हे जग परम ब्रह्माच्या सर्व समावेशक स्वरूपाची अभिव्यक्ती आहे. जर ब्रह्म सत्य आहे तर तो असत्य असू शकत नाही, ज्याचा ब्रह्म आधारभूत सत्य किवा भूमा आहे. हे विश्व

ब्रह्ममध्ये समाविष्ट आहे. किंवा ससीम-असीममध्ये आहे. त्यामुळे ते सत्यांशाने युक्त आहे. सत्याची स्वीकृती त्या सर्वांची स्वीकृती आहे, जे त्याच्यावर आधारित आहे. त्यामुळे ब्रह्माला परमसत्य मानणारे सिद्धांतावरूनच हे स्पष्ट होते की त्या सर्वांची सत्यता आहे, जे त्याच्यावर आधारित आहेत. सृष्ट जगत आत्म्यापासून अभिन्न आहे. ते असत्य नाही. राधाकृष्णन यांनी म्हटले आहे, "या जगातील सर्व वस्तु परिवर्तनशील आहेत. तरीही त्यांच्यामध्ये यथार्थाचे तत्त्व आहे कारण सर्वांमध्ये सत् निहित आहे. आपण या जगामध्ये सनातन स्वरूपात राहू शकतो कारण ते ब्रह्माच्याच प्रकाशाचे एक रूप आहे.' या विचारामुळे राधाकृष्णन इथे पाश्चात्य तत्त्वज्ञ ब्रॅडलेच्या खूप जवळ गेल्यासारखे वाटतात. ब्रेडलनेही याच भावनेने म्हटले आहे की,'आपण या जगातील कोणताही असा खालील प्रदेश शोधू शकत नाही, ज्यामध्ये परमसत्तेचा निवास नाही. कोणतेही आणि कोठेही असे लहानात लहान अंशिक तथ्य नाही जे जगासाठी निरर्थक आहे. एखादा समज मग तो कितीही मिथ्या असला तरीही त्यामध्ये सत्य आवश्य असते आणि कोणतेही अस्तित्त्व कितीही क्षूद्र असले तरीही त्यामध्ये यथार्थता असते. मग जिथे कुठे आपण यथार्थता आणि सत्याकडे संकेत करतो, तोच परम सत्तेचा अखंड जीवन प्रवाह आहे.

स्पष्ट आहे की राधाकृष्णन यांच्यासाठी जगाच्या यथार्थतेची स्वीकृती आध्यात्मिक मान्यतांसाठी अंसगत नाही तर त्यांच्या सुसंगतीसाठी आवश्यक आहे. पण या स्वीकृतीच्या पार्श्वभूमीमध्ये जे जास्त महत्त्वाचे आहे, ते असे आहे की, हे स्वीकार केल्याशिवाय मानवी जीवनाचा सम्यक विकास शक्य होत नाही. याची स्पष्ट मान्यता आहे की हे जग मिथ्यात्त्वाचे पोषण मानवी जीवन -जातीबद्दल घोर अन्यायकारक आहे. जगाच्या मिथ्यात्त्वाची संकल्पना जीवनाच्या स्वस्थ विकासासाठी अडथळा ठरणारी आहे. ते माणसाच्या आत उदासिनता, निष्क्रियता आणि पलायन वृत्तीला जन्म देते. ते सुरू असल्यामुळे माणूस स्वतःला अशा प्रकारच्या अंधाराच्या खाईत आढळतो, जिथे त्याची गती आणि विकास थांबतो. हेच कारण आहे की त्यांनी पूर्ण सामर्थ्यानिशी असे म्हटले आहे की हे जग काही एखादी चूक किंवा भ्रम नसून तो आत्म्याद्वारे दूर करता येणे शक्य नाही. उलट हे तर आत्मिक विकासाचे एक दृष्य आहे, ज्याच्या माध्यमातून भौतिक तत्त्वामधूनच दिव्य चेतना आविर्भूत होऊ शकते. त्यांचे तर असेही म्हणणे आहे की, 'आध्यात्मिक मुक्तीचे स्थान हे जग आहे. संसारिक जीवन अंतिम ध्येयापासून लक्ष विचलित करणारे नाही, तर अंतिम ध्येय मिळविण्याचे एक साधन आहे.'

त्यामुळे राधाकृष्णन यांच्यानुसार मानवी आकांक्षा जगाच्या यथार्थतेच्या स्वीकृतीमध्येच

तुष्ट होतात. त्यामुळे जगाला यथार्थ स्वीकार करावेच लागते. राधाकृष्णन यांचा हा विचार इतर समकालिन भारतीय विचारांच्याद्वारेही समर्थित झाला आहे. उदाहरणार्थ इकबालनेही याच भावनेने मानवी आकांक्षाच्या मूल्यांचे महत्त्व स्वीकार करीत असे समजले आहे की, जगाला यर्थार्थ समजल्यामुळेच या आकाक्षांची पूर्तता होते. त्यामुळे जगाची यर्थाथता अस्वीकारली जाऊ शकत नाही. महर्षी अरविंद यांनीही जगाच्या यथार्थतेचे विचार संपेषण करीत परंपरागत जगत भ्रमाची संकल्पनेची पुनः समीक्षा केली आहे. तसेच या सत्याचे प्रतिपादन केले आहे की, जगत भ्रमाचा सिद्धांतही वास्तवात आपल्याला माणसाच्या दिशेनेच घेऊन जातो. हाही सत् पाहण्याचा एक मानवीन दृष्टिकोन आहे. जो आपल्यामध्ये भ्रमाचा भ्रम निर्माण करतो. ज्याचा परिणाम म्हणून माणूस वर उठण्याच्या इच्छेपोटी ते सत्य मिळविण्याचा प्रयत्न करतो, जे शाश्वत आहे. त्यामुळे सत् ची कोणतीही बाजू भ्रमाकार समजून त्यावर बहिष्कार टाकला जाऊ शकत नाही. जगत फक्त सत् आहे असे नाही तर, त्यामध्ये स्वतःच शाश्वतता विद्यमान आहे. रवींद्रनाथ टागोर यांनीही याच मार्गाचे अनुसरण करीत स्पष्ट शब्दात म्हटले आहे की, अजून आपले काही तत्त्र-विचारवंत असे मत व्यक्त करताना आढळतात की सीमीत वस्तू आहे की नाही, ती फक्त माया आहे, भ्रांती आहे. वास्तविकता असीममध्ये आहे. ती फक्त माया आहे. अवास्तविकता आहे ती दिसायला सीमीत वाटत असली तरीही त्यामुळे कोणत्याही वस्तूचे ज्ञान होत नाही. त्यामुळे त्याच्या आधारे असे स्वीकार करणे की हे जग अयथार्थ आहे, स्वीकार्य नाही होऊ शकत.

स्पष्ट आहे की परंपरावाद्यांचा हा विचार म्हणजे जगत स्वीकृती मानवाच्या आध्यात्मिक विकासात बाधक आहे, हे राधाकृष्णन यांना मन्य नव्हते की त्यांच्या समकालीन इतर भारतीय विचारवंतांना मान्य नव्हते. याउलट त्यांचे तर असे म्हणणे होते की जगाच्या यथार्थतेची स्वीकृती मानवाच्या आत्मविकासासाठी तर सहाय्यक आहेच, पण त्याचबरोबर जगत प्रक्रियेच्या उद्देश पूर्तीमध्ये ती महत्त्वपूर्ण सहाय्यक सिद्ध होते. राधाकृष्णन यांनी स्पष्ट शब्दात म्हटले आहे, "शाश्वत जीवनकाल सापेक्ष आपल्याला या जगापासून दूर घेऊन जात नाही. तो त्याचे एक नवीन रूप आपल्या समोर सादर करीत असतो. हे जागच्या परमेश्वरीय ऐश्वर्याचे प्रतिबिंब आणि त्याच्या एकतेचे बंधन म्हणून आपल्या समोर प्रकट होत असते. हे जग माणसाच्या खऱ्या, प्रामाणिक अस्तित्त्वासाठी धोका नाही, आपण आपल्या चिंतन अस्तित्त्वाबद्दल जागरूक राहून या जगामध्ये जीवन जगायला हवे. आपण या जगात रहावे, पण शाश्वत सत्तेसोबत आपली नाळ जुळलेली असावी. माणसाचे खरे जीवन भौतिक सुरक्षेचे जीवन नाही. जर भौतिक सुरक्षेलाच

आपण खऱ्या जीवनाचे स्वरूप समजले तर ते वाळूवर भिंत उभी करण्यासारखे होईल. सहानुभूती आणि प्रेमावर आधारित खरे, प्रामाणिक अस्तित्त्व कणखर दगडावर टिकलेले असते."

**मानव आणि जगाच्या दरम्यान अंतरंग संबंधांच्या प्रतिष्ठेवर भर**

त्यामुळे राधाकृष्णन यांच्या विचारांमध्ये खरी आवश्यकता जगापासून दूर पळून जाण्याची नाही, तर या जगासोबत आपले अंतरंग संबंध स्थापन करण्याची आहे. त्यांच्या दृष्टीने हे संबंध एक प्रकारचे आध्यात्मिक संबंध आहेत, ज्या संबंधात आणि ज्यां संबंधाच्या माध्यमातून माणूस आपले आदर्श मिळविण्यामध्ये यशस्वी होतो. इथे आश्चर्यकारक गोष्ट ही आहे की या संबंधाच्या प्रतिष्ठापनेमध्ये राधाकृष्णन यांनी विज्ञानाच्या कौतुकास्पद भूमिकेचे मोकळ्या मनाने स्वागत केले आहे. त्यांनी स्पष्टपणे असे म्हटले आहे की, 'विज्ञान आणि तंत्रज्ञानविषयक शोध, राजकीय आणि आर्थिक विचारप्रवाहांच्या माध्यमातून या जगाचे अस्तित्त्व संकुचित केले जात आहे. कोणताही देश आता कोणत्याही देशापासून फार दूर राहिलेला नाही. शेजाऱ्यांमधील जवळिकता वाढीस लागली आहे. मला पूर्ण खात्री आणि आशा आहे की ही जवळिक एका खऱ्या बंधुभावनेत परावर्तित होईल. आपल्याला जर मानवी समाजाचा बचाव करायचा असेल, तर सर्व जगालाच आपल्याला आपले घर बनवावे लागेल.' त्यांच्या विचारानुसार विज्ञान आपल्याला काही शिकवण देत असेल तर ती अशी आहे की, ब्रह्मांडांचे अवय़व आणि संघटितपणा. ज्याची आपण एक कृती आणि निर्मिती आहोत,त्या विश्वाच्या सोबत आपले तादात्म्य आहे. आपल्या डोळ्यासमोर पसरलेल्या प्रत्येक दृष्याशी आपले एकत्त्व आहे. उपनिषिदे आणि प्लेटो, दोन्हींच्या एक सामान्य अलंकारिक उक्तीनुसार प्रकृतीतील प्रत्येक पिंड समस्त ब्रह्मांडाच्या प्रतिबिंबाचे लहान स्वरूप आहे. ब्रह्मांडामध्ये नियम आणि व्यवस्था असेल तर आपले जीवन आणि चेतना हा काही अकस्मिक योगायोग असू शकत नाही. आपण विश्वासोबत ठोस स्वरूपात एकाकार आहोत. आपले मूळे अतिशय खोलवर त्याच्याआत गेली आहेत. आपण काही ब्रह्मांडापासून तुटून पडलेली साक्षी चेत्ता नाहीत, तर त्याच्या अभिन्न अवयवाचा एक भाग आहोत. जर आपण असे समजले की विश्वातील नियम व्यवस्था आपल्या मनातील कृती आहे, तर सर्व मनेही ब्रह्मांडाचा एक भाग होतात. राधाकृष्णन यांच्या या विचारांच्या पुष्ट्यर्थ रवींद्रनाथ टागोर यांनी म्हटले आहे की, 'विज्ञानातील नवीन प्रगतीही विश्वाची एकता आणि विश्वासोबत असलेली आपली एकात्मता हे सत्य अधिकाधिक स्पष्ट करणारी आहे.' त्यांच्या विचारानुसार आपला आत्मा या जगामध्ये आपल्यापेक्षा महानतम आत्म्याचा अनुभव करते आणि त्याच्या अमरत्त्वामध्ये त्याचा पूर्ण विश्वास असतो. माणूस स्वतंत्र तेव्हाच समजला जातो, जेव्हा तो जगाच्या आत्मिक जीवनाची धडधड आपल्या आत्म्याने ऐकू शकतो. श्री अरविंद यांनीही हीच भावना मानवाचे विश्वाच्या एकात्मतेशी असलेल्या

पुष्टीबद्दल म्हटले आहे, 'प्रकृती आणि मानव अविछेद्य स्वरूपात संबंधित आहेत. मानवाचा उदभव आणि विकास यामध्ये प्रकृती आपले लक्ष्य साध्य करीत असते. जगाची प्रगती मानवाच्या वैयक्तिक विकासातच दडलेली आहे.

इथे माहीत असलेली गोष्ट ही आहे की राधाकृष्णन यांनी मानव आणि जगाच्या अंतर्गत संबंधांवर भर दिला आहे. तसेच या संबंधाच्या अवाक्यामध्ये त्यांनी जगाच्या पुनःनिर्माणावरही भर दिला आहे. त्यांनी स्पष्ट स्वरूपात असे मान्य केले आहे की, हे जग माणसाच्या वतीने आपले पुनःनिर्माण केले जाण्याच्या प्रतीक्षेत आहे. त्यांच्याच शब्दात, 'मानवीय प्रकृतीमध्ये अपार शक्यता आणि प्रभुविष्णुता आहेत. दुसऱ्या बाजूला जागतिक उपक्रमाचे आधीपासून ठरलेले कोणतेही निश्चित ध्येय नाही. स्वतंत्रपणे निवड करण्याची शक्ती आपल्याला भविष्यासाठी आशा प्रदान करीत असते. आपण या जगाची पुनःरचना करू शकतो. आपल्या चरित्र्यामध्ये जे दोष आणि मनामध्ये ज्या त्रुटी आहेत, त्या आपण दूर करू शकतो. आपण तसे करण्याचा प्रयत्न केला तर जगातील शक्ती आपल्याला मदत करतात. आपण आपल्या चेतनेमध्ये मानव विकासाच्या प्रक्रियेचे संचलन करू शकतो. प्रकृती मानवी व्यक्तित्त्वामध्येच आपले पूर्णत्त्व मिळवित असते कारण तोच सृजनात्मक प्रक्रियेचा निर्माता आहे. तो या जगाचा अप्रतिम प्रतिनिधी आहे. ज्यामध्ये प्रकृतीची अचेतन सृजनृ-चेतन सृजना होते.'

आपल्या अंतरातील मानवतावादी चेतनेमुळे अनुप्राणित होऊन राधाकृष्णन यांनी फक्त जगाची यथार्थता स्वीकारली आहे असे नाही, मानव आणि जगामध्ये एकात्मताही स्थापन केली आहे, हे स्पष्ट आहे. या स्थापनेच्या मागे त्यांची ही अनुभूती प्रभावी होती की, जगाची कोणतीही व्याख्या तोपर्यंत काहीही मूल्य असलेली होऊ शकत नाही, जोपर्यंत त्या व्याख्येत मानवीय संगती असू शकत नाही किंवा कमीत कमी त्या व्याख्या मानवी पद्धतीला अनुमानित करीत नाहीत. हेच कारण आहे की राधाकृष्णन यांनी मानवी संबंधात जगाचा विकास आणि स्वरूप तसेच त्याची स्थिती स्पष्ट करण्याचा प्रयत्न केला आहे. याचा स्पष्ट पुरावा आहे, 'मानव कर्मभूमी' या स्वरूपात जगाची व्याख्या.

### जग मानवाची कर्मभूमी

फक्त राधाकृष्णन यांनीच नाही तर त्यांच्या समकालीन जवळपास सर्वच तत्त्वज्ञांनी मानवी विकासामध्ये जगाची अपरिहार्यता स्वीकार करण्याच्या क्रमामध्ये तिला मानवाची कर्मभूमी म्हणून स्वीकारले आहे. अशी कर्मभूमी ज्यामध्ये मानव आपल्या स्व च्या

प्रयत्नाने, आपल्या कर्माद्वारे, आपल्या भाग्याची स्वतः निर्मिती करीत असतो. तो इथेच जन्म घेतो. इथेच तो परिस्थितीशी सतत संघर्ष करीत राहतो तसेच आपल्या जबाबदाऱ्यांचे पालन करीत आपले स्वरूप आणि आपल्या जीवनाचे मूल्य यांना एक अर्थ मिळवून देतो. या जगामध्ये माणसाचा अविर्भाव एका विशिष्ट उद्देशासाठी झालेला असतो. तो उद्देशच जीवनाला एक नवीन अर्थ मिळवून देणे असतो, हेच कारण आहे की रवीद्रंनाथ टागोरांसारख्या प्रभूती स्पष्ट शब्दामध्ये आपली भावना व्यक्त करतात की, "आपण या जगामध्ये जगण्यासाठी आलो आहोत, हे जग जाणून घेण्यासाठी नाही." त्यामुळे हे जग फक्त वास्तव असल्याचे मान्य करणे पुरेसे नाही, तर त्याचबरोबर ही गोष्टही लक्षात ठेवणे आवश्यक आहे की हे जग एक रंगमंच असून त्यावर मानव आपली भूमिका पूर्ण सामर्थ्यानिशी सादर करीत असतो.

राधाकृष्णन यांच्या विचारांमध्ये ही भावना बलवान स्वरूपात प्रभावी आहे. याच प्रभावामुळे प्रभावित होऊन त्यांनी जगाची अपरिहार्यता आणि मानवी जीवनातील त्याचे महत्त्व मोकळ्या शब्दात स्वीकारत असे म्हटले आहे की हे जग एक असे कर्मक्षेत्र आहे, जिथे व्यक्तीला त्याच्या कर्माच्या माध्यमातून आत्म विकास करण्याची चांगली संधी मिळत असते. लक्षात घेण्यासारखी गोष्ट अशी आहे की, जिथे टागोर आणि इकबाल यांच्यासारखे तत्त्वज्ञ असे समजतात की हे जग फक्त आध्यात्मिक विकास करण्याची संधी मिळवून देते, त्या ठिकाणी राधाकृष्णन यांनी त्यांच्यापेक्षा वेगळे मत मांडले आहे की जग व्यक्तीला लौकिक विकासाची संधी मिळवून देते. त्याचबरोबर असेही मान्य केले आहे की लौकिक विकास हीच माणसाच्या आध्यात्मिक विकासाची मूलभूत अट आहे. या तथ्याच्या अभिव्यक्तीमध्ये राधाकृष्णन यांच्या शैलीमध्ये आपल्याला फरक दिसून येतो. जसे कधी तरी त्यांनी या तथ्याची अभिव्यक्ती एखाद्या नीती उपदेशकांप्रमाणे केली आहे. तर दुसऱ्या वेळी त्यांनी एखाद्या तत्त्वज्ञाप्रमाणे ती समोर मांडण्याचा प्रयत्न केला आहे. नंतर अनेक वेळा त्यांनी एक धर्मवेत्ता म्हणून धार्मिक अनुभूतीची मौलिक बाजू म्हणून स्वीकार केला आहे. त्यांचे असे म्हणणे आहे, 'या विश्वामध्ये मानवाच्या आश्चर्यकारक कल्पना आहेत, शोध आहेत आणि यश आहे.' राधाकृष्णन यांची खालील अभिव्यक्ती नैतिक दृष्टीने जगाचे महत्त्व पुढे आणण्याचा प्रयत्न करते, "हे जग तिरस्कार किंवा द्वेष करण्यासाठी नाही. तसेच विध्वंस करण्यासाठीही नाही. आपल्याला जगामध्ये प्रेम आणि सदभावनेची चेतना विकसित करावी लागेल. तेव्हाच दोन राष्ट्रांमध्ये प्रगती शक्य होईल." शेवटी ही ब्रह्मांड काही एकाकी किंवा प्रेमाचे भुकेले नाही. जे लोक जीवनाचा कठोर संघर्ष करीत असतात, ते एक दुसऱ्याला दुःख आणि कष्टाच्या आधारे एक सोबतीपणाची भावना विकसित करू शकतात.

दुःखाच्या भोगामध्ये असलेली सोबत दुःखाचा भार कमी करते. इतर ठिकाणी राधाकृष्णन यांनी हे तथ्य एक तत्त्वज्ञाच्या स्वरुपात आध्यात्मिक़ औचित्यपूर्णतेने निरूपित करण्याचाही प्रयत्न केला आहे. या प्रयत्नांतर्गत त्यांनी स्पष्ट शब्दात असे म्हटले आहे, 'आपल्या क्रियाशीलतेच्या अंतर्गत माणूस नाटकामध्ये आपल्या नियतीला विवश करून घटनांवर नियंत्रण मिळवू शकतो." त्यांचे असेही म्हणणे आहे की, आपण जर जीवनाकडे त्याच्या कोणत्याही प्रवृत्तीची उपेक्षा किंवा अतिरंजित न करता यथार्थ स्वरूपात पाहिले तर आढळून येते की ही विराट गती आपल्या कोणत्याही वैयक्तिक लाभासाठी कार्यरत नाही. तिचा आपला एक विशाल उद्देश आहे. त्याच्या पूर्ततेसाठी ती प्रयत्नशील आहे. त्याच्या तुलनेमध्ये आपले सर्वोच्च उद्देशही अगदीच तुच्छ आहेत. पुनः राधाकृष्णन यांच्या विचारामध्ये अनेक अशी उदाहरणे आहेत, जी हे प्रदर्शित करतात की, हे जगच धर्मअनुशासनासाठी मानवाला जमिन प्रदान करीत असतो. उदाहराणादाखल राधाकृष्णन यांनी उघड शब्दात या जगाला अशी एक प्रशिक्षण शाळा समजले आहे, ज्यामध्ये संपूर्ण मानव जातीला त्याचे पूर्णत्त्व मिळते. त्यांच्या अनुसार, 'प्रकृतीमध्ये एक लय आहे आणि ती मानवी जीवनासाठी आवश्यक आहे.' कारण आध्यात्मिक मुक्तीचे स्थान हे जगच आहे. वास्तविक पाहता राधाकृष्णन यांच्या दृष्टीने हे संसारिक जीवन माणसाला त्याचे अंतिम ध्येय मिळविण्यासाठी मिळालेले एक साधन आहे.

राधाकृष्णन यांच्या विचारांचे सार त्यांच्या खालील कथनामधून व्यक्त केले जाऊ शकते, 'ज्या जगामध्ये आपण राहत आहो, ते परिवर्तनाच्या आधीन आहे. हे जग अस्तित्त्वाचा स्त्रोत आणि स्राव तसेच शक्यतांचे क्षेत्र आहे. हे असे स्थान आहे, जिथे आपल्याला जीवनाचा अर्थ समजून घेण्याची संधी मिळते."

वरील विवेचनावरून हे स्पष्ट आहे की राधाकृष्णन यांच्या वतीने विश्वाच्या यथार्थतेवर दिला गेलेला भर अकस्मिक नाही, तर तो एक सचेतन प्रयत्न आहे, ज्याच्या द्वारे राधाकृष्णन यांनी आपल्या मानवतावादी भावनांना तुष्ट करण्याचा प्रयत्न केला आहे. पण वैज्ञानिक मानवतावाद्यांशीही त्यांची वैचारिक भिन्नता या मुद्द्यावर आधारित आहे की, जिथे हे मानवतावादी विचारवंत स्वतःला या समजुतीवर थांबवतात, की हे जग एक कर्मभूमी आहे. तिथे राधाकृष्णन फक्त याच ठिकाणी थांबत नाहीत. ते एक पाऊल आणखी पुढे टाकून असे समजतात की, हे जग वर आणि पलिकडे असलेल्याकडेही निर्देश करते, तसेच या जीवनामध्ये संपादित केलेल्या कर्मावर पलिकडच्या जीवनाला अस्तित्त्व आणि अर्थ असतो. म्हणून मग त्यांच्यासाठी या जगाचे महत्त्व आणि त्याच्या

महत्त्वाला ही मान्यता नक्कीच त्यांना मानवतावाद्यांच्या अति जवळ घेऊन जाते.

इथे काही इतर तथ्यांचा उल्लेख उपेक्षित आहे. वैज्ञानिक मानवताद्यांची विज्ञानावर अपार श्रद्धा आहे. त्यांचे असे मानणे आहे की सर्व मानवी आणि इतर समस्यांवर विज्ञानाच्या समुचित प्रज्योतीने समुचित तोडगा काढला जाऊ शकतो. तसेच मानवाचे हीत संवर्धन शक्य होऊ शकते. जिथपर्यंत राधाकृष्णन यांचा प्रश्न आहे, आपल्या आध्यात्मिक तत्त्वज्ञानाच्या विकासामध्ये त्यांनीही या मानवतावाद्यांप्रमाणेच वैज्ञानिक सत्यांचा कमीवेशी समावेश केला आहे. विशेषतः जगाची व्याख्या करण्याच्या क्रमामध्ये वैज्ञानिक तथ्यांचा निर्देश करण्यामध्ये त्यांनी कधीही कोणत्याही प्रकारची काथ्याकूट केली नाही. उलट त्यांचा तर असा समज राहिला आहे की, त्यांनी सादर केलेल्या व्याख्येची वैज्ञानिक प्रकृती त्यांनी केलेल्या आध्यात्मिक मूल्यांच्या जोरावर कोणत्याही प्रकारे खंडीत होत नाही. स्पष्ट आहे की राधाकृष्णन यांना विज्ञानाचे महत्त्व मान्य होते. याच स्वीकृतीच्या आधारे त्यांनी ही भावना व्यक्त केली होती, 'आपल्या जुन्या संसाराला इतके जास्त बदलून टाकणाऱ्या नवीन शक्तीमध्ये सर्वाधिक महत्त्वाचे नैसर्गिक विज्ञान आहे. त्यांच्या विचारानुसार विज्ञानाने आपली पद्धत आणि निष्कर्षाच्या माध्यमातून ते वातावरणच बदलून टाकले आहे, ज्यामध्ये माणूस राहतो. चालतो, फिरतो आणि विचार करतो. त्याने आपल्याला एक नवीन दिशा दाखविली आहे की कोणताही विचार तेव्हाच स्वीकारला जाऊ शकत नाही, जेव्हा माणूस ते सिद्ध करण्याच्या स्थितीमध्ये असत नाही. ही गोष्टही योग्यच वाटते कारण जेव्हा केव्हा आपण एखादी गोष्ट करीत असतो, तेव्हा हे माहीत करून घेणे आपले कर्तव्य असते की, जे लोक त्याची परीक्षा करणार आहेत, ते त्याला आपल्या प्रभावाने पुष्ट करू शकतील किंवा नाही. त्यामुळे विज्ञानाच्या महत्त्वाकडे दुर्लक्ष केले जाऊ शकत नाही. त्याच्याकडे या कारणामुळेही दुर्लक्ष केले जाऊ शकत नाही की, राधाकृष्णन यांच्या विचारामध्ये विज्ञान माणसाच्या आध्यात्मिक बोधामध्ये महत्त्वाचा सहाय्यक सिद्ध होते. वास्तविक पाहता राधाकृष्णन यांनी आपल्या आध्यात्मिक समजासोबत विज्ञानाच्या स्वीकृतीला सामंजस्य निर्माण करण्यासाठी स्पष्ट शब्दात हे स्वीकारले आहे की मानवाच्या आध्यात्मिक अवरोहणामध्ये विज्ञान शिडीची भूमिका पार पाडते. अर्थात त्याचा अर्थ असा होत नाही की विज्ञान हेच सर्व काही आहे. किंवा विज्ञान हेच सर्व समस्यांवरील एकमेव तोडगा आहे. राधाकृष्णन यांनी स्पष्ट शब्दात असे म्हटले आहे की, 'आपले वैज्ञानिक सिद्धांत, जे जुन्या सिद्धांतांना खंडित करून त्याच्या जागी प्रस्थापित झाले आहेत, ते क्रमिक विकासाच्या लांब साखळीतील फक्त एक कडी आहेत. हे शक्य आहे की आगामी काळात नवीन सिद्धांत त्यांचीही जागा घेऊ शकतील. त्यांचे महत्त्वाचे औचित्य या गोष्टीमध्ये आहे की, आजच्या संबंध तथ्यांसाठी ते पुरेसे आहेत. इथे एक गोष्ट लक्षात

घ्यायला हवी की सत्याच्या शोधाच्या लांबच लांब आणि दीर्घ प्रवासामध्ये ते फक्त मधील मुक्कामाची स्थळे आहेत. ते चरम आणि परिपूर्ण नाहीत. दुसऱ्या बाजूला धर्म असा दावा करतो की, तो निरपेक्ष आणि परिपूर्ण आहे. धर्मातील सत्य अपरिवर्तनीय आहेत आणि त्यांचे रक्षण करणे हे आपले कर्तव्य आहे. हेच कारण आहे की ज्यामुळे राधाकृष्णन यांना असे ज़ाणवते की विज्ञानाला दोन बाजू आहेत. एक तर तथ्याचा अविष्कार आणि दुसरे म्हणजे ज्ञात तथ्यांचा हवाला देत त्याची व्याख्या करण्यासाठी बौद्धिक विचारसरणीची निर्मिती. या दोन्हीमध्ये दुसरे महत्त्वाचे आहे. कारण अजूनही हे विज्ञानाचे अभूत आहे, तरीही ते विज्ञानाच्या त्या क्षेत्रामध्ये जाण्याची मागणी करीत असते, जिथे वैज्ञानिक उपकरणांचा प्रवेश शक्य असत नाही. राधाकृष्णन यांच्याच शब्दात, 'वैज्ञानिक कार्य करण्याच्या दोन बाजू असतात. तथ्यांचा अविष्कार आणि दुसरे म्हणजे ज्ञात तथ्याचा हवाला देत त्याच्या बौद्धिक साच्याचे निर्माण करणे. तथ्य प्रामाणिक असतात, तर व्याख्या अस्थायी असतात. शिवाय तथ्ये हे काही मूल्याचे निर्माण असत नाही. जेव्हा आपण सर्व मिळून तथ्यांची व्याख्या करण्याचा प्रयत्न करीत असतो, त्याचा अर्थ आणि मूल्यांची घोषणा करीत असतो, तेव्हा आपण विज्ञानाच्या मर्यादाबाहेर गेलेलो असतो. वैज्ञानिक मेंदू गौण कारणांमुळेही समाधानी होतो. तत्त्ववादी आणि तत्त्वज्ञ अंतिम कारणाची मागणी करीत असतात."

राधाकृष्णन यांच्यानुसार माणसाच्या सर्व जिज्ञासा वैज्ञानिक तथ्याच्या स्पष्टीकरणामुळे तुष्ट होत नाहीत. त्यासाठी आपल्याला त्याच्या क्षेत्राच्या पलिकडे जावे लागते. त्यांनी स्पष्ट शब्दात असे म्हटले आहे की, विज्ञानाच्या वतीने करण्यात आलेल्या प्रयत्नांनंतरही अंतःकरणाची, आत्म्याच्या जितक्या पिपासा आहेत, त्यामध्ये सत्याच्या ज्ञानाची पिपासाही समाविष्ट आहे. त्याचे समाधान करण्याची आवश्यकता आहे.

राधाकृष्णन यांच्या या उदभावनेवरून हे स्पष्ट होते की विज्ञानाच्या विरूद्ध फुटणारा त्यांचा तीव्र भावनावेग पूर्णतः स्वाभाविक आहे. हे ठीक आहे की विज्ञान जगाच्या वास्तविकतेसाठी व्याख्या आणि त्याची स्वीकृती करण्यासाठी औचित्यपूर्ण आधार प्रदान करीत असते. पण आपण जर इथेच थांबलो तर आपण सत्याला कधीही प्राप्त करू शकणार नाहीत, हे निश्चित आहे. हेच कारण आहे की राधाकृष्णन यांनी म्हटले आहे की विज्ञान आणि त्याचे शोध फक्त बाह्य संघटनांशी संबंधित आहेत, अंतरिक जीवनाशी नाहीत. ते फक्त चांगल्या जीवनातील अडथळे दूर करू शकतात, पण चांगल्या जीवनाची संरचना करू शकत नाहीत. वास्तविक पाहता विज्ञान स्वतः अपूर्ण आहे तसेच ते सदैव स्वतःच्या पलिकडे आणि एकटक पाहत असते.

त्यामुळे राधाकृष्णन यांच्या नुसार विज्ञान अनिवार्य आहे, पण ती फक्त एक अवस्था आहे. तिला नक्कीच पार करावे लागते. त्यांनी स्पष्ट शब्दात म्हटले आहे की, 'आपल्या व्यवहारिक उपयोजितेमध्ये विज्ञानाचे निष्कर्ष इतके अधिक प्रभोवात्पादक

असतात, की नियमानुसार चालणारे हे भौतिक जग हेच असे एकमेव अस्तीत्व आहे, यावर विश्वास ठेवण्यासाठी आपण मजबूर होतो. मागील पन्नास वर्षांमध्ये विज्ञानाच्या प्रभावामुळे जे काही परिवर्तन झाले आहेत, ते मागील तीन चार हजार वर्षांमध्ये झालेल्या परिवर्तनाच्या तुलनेत खूपच जास्त महान आहेत. रेडिओ, दूरदर्शन, विमान, पेन्सिलिन, प्लास्टिक, अणु बॉम्ब हे सर्व चांगले असोत की वाईट असोत, सर्वच्या सर्व विज्ञानाची देण आहेत. पण इथे लक्षात घेण्यासारखी जी गोष्ट आहे, हे यशही जडाची सर्वसत्तीमानता प्रदर्शित करीत नाही, तर त्यामधून आत्म्याची सर्वशक्तिमानता व्यक्त होते. वास्तविक पाहता हा तर माणसाच्या अंतरात विद्यमान असलेला आत्मा आहे, जो निसर्गातील रहस्य उघड करीत असतो. मग जे महत्त्वाचे आहे ते हे की, जर वैज्ञानिकाला सफल व्हायचे असेल तर त्याला स्वतःमध्ये एक अनुशासित समर्पण आणि अतिध्वंसाची भावना विकसित करावी लागेल. त्याला आपली चेतना अशा स्वरूपात परिष्कृत करावी लागेल की त्यामध्ये सहिष्णुता, पूर्वग्रहापासून मुक्तता, व्यापक हृदय आणि नवीन विचारांचा स्वीकार करणे यासारखे सदगुण समाविष्ट करावे लागतील.

स्पष्ट आहे की राधाकृष्णन यांचा विज्ञानाला काहीही विरोध नव्हता. विरोध फक्त त्यालाच सर्व काही समजण्याला त्याच्या शोधापर्यंतच सत्य मर्यादित समजण्याला होता. विज्ञानाचे शोध आणि त्याचे य़श यांनी जगातील बारकावे समजून घेण्यात खूप महत्त्वाचे योगदान नक्कीच दिले आहे. पण त्याने जे काही सत्य मांडले आहे, ते पूर्ण सत्य नाही. जर ते सत्य मिळवायचे असेल, तर नक्कीच आपल्याला विज्ञानाच्या मर्यादेबाहेर जाऊन आध्यात्माच्या क्षेत्रात प्रवेश करावा लागेल.

इथे विचारासाठी काही प्रश्न समोर येतात. आपल्या जगाच्या संकल्पनेमध्ये राधाकृष्णन यांनी विश्वाच्या वास्तविकतेचे प्रतिपादन केले आहे. तसेच त्याला माणसाची अशी कर्मभूमीही मानले आहे, जिथे माणसाला स्वतःच आपली नियती निर्माण करायची आहे. पण खरोखरच हे जग (लौकिक) आणि राधाकृष्णन यांचे आध्यात्मिक आदर्श एक दुसऱ्याचे खंडन करीत नाहीत का? टीकाकारांनी राधाकृष्णन यांच्यावर टीका करताना हे तथ्य उजागर केले आहे. राधाकृष्ण स्पष्टपणे याचे खंडण करतात. त्यांच्या विचारानुसार लौकिक संसाराची स्वीकृती केल्यामुळे आध्यात्मिक आदर्शांवर काहीही आघात होत नाही. या बाबतीत त्यांचे असे म्हणणे आहे की, जेव्हा एखादा माणूस जगामध्ये सर्व वस्तूंचा त्याग करतो, तेव्हा वस्तू एका नवीन स्वरूपात त्याच्या होतात. तेव्हा त्याला जगातील वस्तूंचे वर्णन करण्याची आवश्यकता भासत नाही. त्यांना तो अंतरिक अनासक्तीसोबत ठेवू शकतो आणि याच कारणामुळे एका नवीन आनंदाने तो परिपूर्ण होतो.

मग इथे एक उल्लेखनीय तथ्य हे आहे की जगामध्ये स्थित योजनां आणि व्यवस्थाही आपल्याला हे मान्य करण्यासाठी भाग पाडते की, 'संसारिक' आणि 'आध्यात्मिक' मध्ये यथार्थता कोणताही विरोध असत नाही. राधाकृष्णन यांनी स्पष्ट शब्दात म्हटले आहे की, ''जगामध्ये एक व्यवस्था, एक क्रम आहे, आणि ही संपूर्ण व्यवस्था एक करण्याची अभिव्यक्ती आहे. त्यामुळे हे जग एक परम चित्त (सुप्रीम माईंड) ची अभिव्यक्ती आहे. या जगामध्ये साध्यासाठी ज्या साधनांचा सहारा घेतला जातो, ती फक्त योगायोगाची गोष्ट असत नाही. ते एक नियंत्रक आणि संघटनकारी मानाचे द्योतक असते.''

स्पष्ट आहे की राधाकृष्णन यांना 'संसारिक' आणि 'आध्यात्मिक' यांच्या दरम्यानच्या विरोधाची सामान्य संकल्पना स्वीकार्य नव्हती. या उलट त्यांनी तर आपल्या आध्यात्मिक योजनेमध्ये संसारिकमधल्या माणसाला अति निकट आणण्याचा प्रयत्न केला आहे. त्यांच्या या प्रयत्नानेच त्यांच्या विचारांना अतिशय संगत करण्याचा प्रयत्न केला आहे. कारण त्यांच्या या योजनेमध्ये वैज्ञानिक तथ्यांचा समावेश करण्यासाठी तर्कयुक्त आधार सादर करते. याच कारणामुळे राधाकृष्णन ही तथ्ये प्रतिष्ठित करण्यामध्ये समर्थ झाले आहेत की, लौकिक वैज्ञानिक संसारही माणसाचा आत्म विकास करण्यासाठी आधारभूमी प्रदान करते. वास्तविक पाहता फक्त आध्यात्मिकतेवर जोर देण्याच्या कारणामुळे राधाकृष्णन यांच्या विचारांना अमूर्त आणि कदाचित वर्तमान वैज्ञानिक चेतनेसोबत अंसगत होण्याचा धोका राहतो. पण जर आध्यात्मिकता या जगाची विरोधक नसेल, तसेच ते जर या संसारिकचाच परिणाम असेल तर ते सहजतेने स्वीकारले जाऊ शकते.

## प्रकरण २०

# सहज बोध

राधाकृष्णन यांच्या तत्त्वज्ञानाचा एक भाग त्यांची ज्ञान मिमांसाही आहे. राधाकृष्णन यांच्या तत्त्वज्ञानामध्ये या अंशाचे व्यापक महत्त्व आहे, कारण ते त्यांच्या तत्त्व मिमांसेचा मुख्य आधार आहे. राधाकृष्णन यांच्या तत्त्व मिमांसेचा आधार 'सत्याचा शोध' आहे. या सत्याच्या ज्ञानाची व्याख्या ज्याच्या अंतर्गत होते, तसेच जे या सत्याची वास्तविकता प्रतिष्ठित करते, तत्त्वज्ञानाच्या याच बाजूला ज्ञान मिमांसा म्हटले आहे. त्यामुळे राधाकृष्णन यांच्या अध्यात्मवादाच्या दृष्टीने याचे महत्त्व तर आहेच, पण त्यांच्या मानवतावादी आकांक्षांना तुष्ट करतो दृष्टीकोणानेही त्याचे महत्त्व आहे. कारण राधाकृष्णन यांनी स्वतः असे मान्य केले आहे की, एका नवीन आणि श्रेष्ठ जीवनाच्या विकासाची आशा महान ज्ञानाच्या पायावर आधारित आहे.

ज्ञान मिमांसेच्या सर्वोपरी समस्या ज्ञानोपार्जनाच्या पद्धतीने व्याख्येशी संबंधित आहेत. राधाकृष्णन यांनी त्याच्या तीन पद्धती स्वीकारल्या आहेत. (१) इंद्रिय अनुभव, (२) तार्किक चिंतन किंवा बुद्धी आणि (३) आध्यात्मिक सहजबोध अथवा अंतःप्रज्ञा. त्यांच्या दृष्टीने हे तिन्हीही मानवी चेतनेशी संबंधित आहेत. यामध्ये इंद्रियानुभव जगाच्या बाह्य स्वरूपाचा परिचय करून देते. हे वस्तूंच्या सवंज्ञ गुणांचे ज्ञान आहे. याचे क्षेत्र विज्ञानाचे क्षेत्र आहे. जे त्याची व्याख्या करण्यासाठी वैचारिक विधान बनविते. यापेक्षा भिन्न बौद्धिक ज्ञान विश्लेषण आणि संश्लेषणाने प्राप्त होते. हे ज्ञान प्रत्ययात्मक आहे आणि त्याचे स्वरूप अप्रत्यक्ष आणि सांकेतिक आहे. राधाकृष्णन यांच्या नुसार इंद्रियज्ञान आणि बौद्धिक ज्ञान दोन्हीही माध्यमे आहेत. ज्याच्या द्वारे माणूस व्यवहार्य उद्देशाच्या दृष्टीने वातावरणावर नियंत्रण मिळवितो, पण त्याचबरोबर इथे ही बाब उल्लेखनीय

आहे की, सत्य ज्ञान मिळविण्यासाठी ही दोन्हीही अपूर्ण आहेत. दोन्हीही वस्तूच्या अंतरिकतेचा बोध देण्यात अक्षम आहेत. बुद्धी वस्तूला बाहेरून स्पर्श करू शकते, तिच्या आत बसू शकत नाही. शिवाय इथे ही गोष्टही लक्षात घेण्यासारखी आहे की, वस्तूचे विश्लेषणात्मक वर्णन करणे आणि तिला तिच्या संपूर्ण स्वरूपात जाणून घेणे ही दोन वेगवेगळी कार्ये आहेत. बुद्धी वस्तुला समजून घेण्याचे, त्याचे वर्णन करण्यासाठी विश्लेषण जाणून घेण्याचे कार्य करते, तर विश्लेषण वस्तूची एकात्मता छिन्न -भिन्न करते. म्हणूनच मग राधाकृष्णन यांच्यानुसार बुद्धी जीवनाला त्याच्या समग्रतेनुसार समजून घेऊ शकत नाही. तिसरा स्रोत सहजबोध आहे. जे आपल्याला सत्याचे सम्यक ज्ञान मिळवून देते. राधाकृष्णन यांच्यानुसार हे ज्ञान तेव्हाच मिळते जेव्हा मानस आणि सत्ता एक दुसऱ्यात सहजपणे मिसळून जातात. अशा प्रकारे तदात्म पावल्यामुळे ज्ञान मिळते, इंद्रियांचा सांकेतिक बोध नाही. हा वास्तवात वस्तूच्या सत्यतेचा तदात्मयजन्य बोध असतो. हा काही अमूर्त विचार आणि विश्लेषण असत नाही की आकारहीन अंधकार असत नाही की अदिस अनुभव असत नाही. वास्तविक पाहता ही अंतःप्रज्ञा असते. सत्यासोबत एकाकार होणे, ज्ञानाच्या विषयाशी एक होणे, हेच तादात्म्य आहे. या स्थितीमध्ये ज्ञान विषय आत्म्याच्या बाहेर असत नाही, तर त्याचाच एक भाग होतो. राधाकृष्णन यांच्याच शब्दात, "सहजबोध ज्ञान वस्तु आणि चेतनेच्या तादात्म्यामुळे सुलभ होते. हा वस्तुंच्या तत्त्वांचा तादात्म्याद्वारे बोध आहे. आपण सत्यासोबत, ज्ञेय वस्तूसोबत, एकत्त्व स्थापन करतो. ज्ञान वस्तु ज्ञात्याला 'स्व' च्या बाहेरच्या वस्तुच्या रूपात नाही तर उलट 'स्व' च्या अवयवाच्या स्वरुपात होते."

वास्तविक पाहता चैत्यन्याचे स्फुरण हेच सहज ज्ञान असते, ज्यामध्ये सत्य आपल्या मूळ स्वरूपात प्रकाशित होत असते. भेदातील अंतर एकतेमध्ये मिटून जाते. त्याला जे माहीत असते आणि त्याने जे काही माहीत करून घेतले असते, वास्तवात एकच असते. त्यामुळे सत्य अनुभवाची स्थिती, सहजबोध किंवा चैतन्यतेमध्ये विचार आणि सत्ता, जे मूलतः एकच असतात, एकत्त्व मिळवितात. या ज्ञानामध्ये सत्तेसोबत साक्षात्कार होतो. सहजबोध वास्तविक पाहता आत्म्याचे ज्ञान आहे. आपल्याशीच एकत्त्व मिळवून आपल्या बाबतीत सचेत होणे असते. हाच ब्रह्म साक्षात्कार आहे. ब्रह्म परमसत्तेचे प्रतिक आहे. ते पवित्र ज्ञान, सहज ज्ञान आणि सहज बोध जन्य प्रज्ञा आहे. राधाकृष्णन यांची ही संकल्पना त्यांच्या आध्यात्मवादी भावनांना संतुष्ट करण्याची स्पष्टता असलेली आहे.

इथे उल्लेखनीय बाब अशी की राधाकृष्णन यांनी मानवीय चेतनेच्या तीन्ही प्रकारात सहजबोध सर्वोच्च मानला आहे. त्यांच्या नुसार त्या श्रेष्ठ संकल्पना, ज्या जीवनातील दुसाध्य कारणावर नियंत्रण ठेवतात, सहजबोधजन्य गहन सत्य आहे, ज्यांना आत्मा आणि सहजतम अनुभवांनी निर्माण केले आहे. राधाकृष्णन यांनी सहजबोधाला मनाची सर्वोच्च स्थिती या अर्थाने जाहीर केले आहे की, ही द्वंद्व रहीत एकतेची स्थिती आहे. ती सत्यात्मक एकतेमध्ये राहणे आणि आत्म्याचा स्वतःचा अनुभव आहे. हे यथार्थमध्ये आत्मज्ञान आहे. हे आत्मज्ञान तार्किक नाही की इंद्रियलब्ध नाही किंवा बौद्धिकही आहे. 'ते वाणीने, न मनाने, न क्षेत्राने प्राप्त केले जाऊ शकत नाही.' राधाकृष्णन यांनी स्पष्ट शब्दांमध्ये म्हटले आहे, "सहजबोध ज्ञात आत्म्याच्या वतीने मिळालेले ज्ञान असते. जे प्रत्यक्ष आणि बुद्धीच्या पलिकडचे असते." याची सर्वोच्चता या कारणामुळेही असते की ते निश्चित, स्पष्ट, जिवंत, अपरोक्ष, श्रेष्ठ, अंसदिग्ध तसेच स्वतः सिद्ध असते.

इथे काही उल्लेखनीय बाबी :

(१) सहज बोध बुद्धीपेक्षा भिन्न आहे. बुद्धी वस्तुला तिच्या अनुपम सम्यक सौंदर्याने ग्रहण करण्यास अक्षम असते. राधाकृष्णन यांच्यानुसार सहजबोध करण्यासाठी तार्किक चिंतनाचे अतिक्रमण करावे लागते.

अर्थात वेगळे होण्याचा अर्थ विशेष होणे असत नाही. राधाकृष्णन यांनी स्पष्ट शब्दात म्हटले आहे, "सहज बोध ज्ञान बौद्धिक ज्ञान नाही. ते असंकल्पनात्मक आवश्य आहे. ते बौद्धिक अंतःज्ञान आहे. ज्यामध्ये अव्यवहार्यता आणि व्यवहार्यता दोन्हीही समाविष्ट आहेत." वास्तविक पाहता याचा बुद्धीशी संबंध तसाच आहे, जसा की इंद्रियाचा ज्ञानाशी असतो. एकाचे पूर्णत्त्व ही दुसऱ्याची सुरुवात असते; पण त्याचबरोबर इथे हेही उल्लेखनीय आहे की, बुद्धीचा विरोध नसतानाही ते बुद्धीच्या पलिकडचे असते. हा समग्र अनुभव, सम्यक अथवा पूर्ण ज्ञान असतो. ते निरपेक्ष, असंदिग्ध आणि निश्चयात्मक असते. जीवनातील समस्त गहनतम सत्यांचा बोध याद्वारेच होतो. 'रेन ऑफ रिलिजन' मध्ये राधाकृष्णन यांनी हे तथ्य अतिशय स्पष्टपणे मांडले आहे.

सहजबोधावर अशा प्रकारे भर देऊन राधाकृष्णन यांनी आपली अनोखी मानवतावादी भावना तुष्ट करण्याचा प्रयत्न केला आहे. राधाकृष्णन यांच्या दृष्टीमध्ये मानव सामान्य प्राणी नाही, तर अनुपम क्षमतांनी संपन्न असलेला एक विशिष्ट प्राणी आहे. याच अनुपम क्षमतांमध्ये एक क्षमता गुप्त सत्य पकडून ठेवण्याची क्षमता आहे आणि त्याची

ही क्षमता क्रियान्वित करण्यामध्ये सहजबोध त्याचे मुख्य सहाय्यक उपकरण आहे. वास्तविक पाहता जसे की आपण वर स्पष्ट केले आहे, की सहजबोध ज्ञात्याला ज्ञेयाच्या अबोध एकतेचे प्रतिक आहे. त्यामध्ये अस्तित्त्वाची चेतना आहे आणि चेतना हेच अस्तित्त्व आहे. जीवात्म्याचे जीवात्म विश्वात्म्याशी एकरूप होते. विश्वात्मा हेच जीवात्म्याचे सत्य म्हणून प्रकाशित होत असते. यामध्ये सामान्य जीवनातील ओढाताण विलिन होऊन अंतरिक शांतता, शक्ती आणि आनंद निर्माण करते. अशी शांतता जी निश्चलता आणि विश्वासाची यथार्थ भावना आहे. दुःख, पराजय आणि निराशेच्या दरम्यान आनंदाची शक्ती आहे. अंधारामध्ये प्रकाश, उदासिनतेमध्ये उल्हास आणि निराशेमध्ये आशेचे आश्वासन आहे. अशा अनुभवाची अतिविच्छिन्नता स्वर्णिक जीवनाचे निर्माण आणि स्वर्गात राहणे असते. इथे महत्त्वपूर्णदृष्ट्या उल्लेखनीय हे आहे की, हा स्वर्ग म्हणजे ते ठिकाण नाही, जिथे देवता निवास करीत असतात. या उलट हे तर माणसाच्या अस्तित्त्वाचा असा प्रकार आहे, जो सर्वथा आणि पूर्णतः यथार्थ आहे. इथे राधाकृष्णन यांची पाश्चात्य मानवतावादी विचारवंतांशी भिन्नता स्पष्टपणे लक्षात येते. पाश्चात्य मानवतावादी विचारवंत माणसाच्या आध्यात्मिक अस्तित्त्वाकडे संशयाच्या दृष्टीने पाहतात. याचे मूळ कारण असे आहे की, या मानवतावादी परंपरेनुसार माणूस सारतः बौद्धिक प्राणी आहे. त्याचे चिंतन तार्किक आणि संदेहवादी आहे. त्याच्या कर्माचे संचालन उपयोगितेचा बोध करते. सत्य हे आहे की आत्मिक अनुभूतीकडे उपेक्षेने पाहण्याच्या मूळामध्ये पाश्चात्यांकडे याशिवाय दुसरा कोणताही ठोस आधार नाही की आलोचनात्मक संदेहवादी त्याचा अध्ययन आहे, जे त्या प्राचीन युनानी तत्त्वज्ञानात मिळते. पाश्चात्य माणसाने विज्ञान, तर्क, नैतिकता आणि मानवतेला आपल्या पंरपरागत गुणांनुसार सहजपणे स्वीकारले आहे. राधाकृष्णन यांनी याच्या उलट सत्य ओळखण्यासाठी सहजबोधाला अधिक महत्त्व देऊन अत्यावश्यक समजले आहे. त्यांनी सृजनात्मक सहजबोधाला अत्यंत महत्त्व दिले आहे कारण त्याच्या द्वारे मानव सत्याच्या अभिव्यक्तीच्या बाबतीत सचेत होतो. अर्थात इथे महत्त्वपूर्णरित्या उल्लेखनीय हे आहे की पूर्व आणि पश्चिम यामधील सेतू असल्याच्या कारणामुळे राधाकृष्णन यांच्यानुसार या आधारावर त्यांच्या आणि पाश्चात्य विचारांच्या दरम्यान कोणतीही चरम रेषा आखली जाऊ शकत नाही. हे त्या दोन्हीचेही वैशिष्ट्ये आहे.

मानवतावादी दृष्टिकोणातून सहजबोधाचे महत्त्व स्पष्ट करण्यासाठी राधाकृष्णन यांनी असे समजले आहे की, कोणत्याही प्रकारचे गहन ज्ञान व्यक्ती सहजबोधाशिवाय

मिळवू शकत नाही. याचा स्पष्ट पुरावा आजच्या युगातील साहित्य, कला आणि तत्त्वज्ञान आहे. माणसाला योग्य प्रेरणा देणे आणि त्याला आनंदित करण्यामध्ये हे असमर्थ आहे कारण त्यांची जन्मदात्री अनुभूती गहन नाही. ती रचना श्रेष्ठ असते, जी दिव्य अनुभवाचे रसास्वादन करवित असते. ते ज्ञान सज्जा असते, जे अंतर्मनातून स्फुटीत होत असते. सहजबोधाशिवाय जीवनातील कोणत्याही क्षेत्राचे समुचित ज्ञान आणि सत्याचे आकलन अशक्य आहे. आज आवश्यकता आहे की आपण सहजबोध समजून घ्यावा. तसेच त्याचे मूल्य आणि उपयोगिता याकडे लक्ष द्यावे. जीवनाला शुभ करण्यासाठी त्याला बुद्धीच्या बरोबरीने सहजबोध नियमित करायला हवा. सहजबोधच त्याला जगामध्ये एकता, शांतता आणि कल्याण स्थापन करू शकतो. ज्याशिवाय मानवी जीवन दिवसेंदिवस अंधकारमय होत चालले आहे. सहजबोध त्या सार्वभौम मुख्य मूल्यांना देतो, जे स्वतः प्रामाण्य आहेत. त्याच्या सत्यतेविषयी काही प्रश्न पडत नाही की, ते तार्किक पद्धतीने सिद्ध केले जाऊ शकत नाही. ते आपल्याला त्या मान्यतांकडे घेऊन जाते, ज्याशिवाय आपले जीवन निरुद्देशय आणि तिरस्करणीय होऊ शकते. राधाकृष्णन यांनी स्पष्ट शब्दात म्हटले आहे, "जीवनाच्या उत्कृष्टत्तम क्षणामध्ये मिळालेला सहजबोध माणसाची खोली त्याच्या यथार्थतेमध्ये व्यक्त करतो. मानवीय प्रकृतीच्या यथार्थतेला त्याच्या प्रेरणेच्या न्यूनतम क्षणी पाहणे आणि उत्कृष्टत्तम क्षणी त्याला पाहण्याचा प्रयत्न करणे सर्वथा अनुचित आहे."

वास्तविक पाहता वर्तमान युगामध्ये विश्व-शांतता, विश्व-एकता, सह अस्तित्त्व आणि सह जीवन याचा आक्रोश करीत आहे. पण हा संबंध ज्ञान आणि विवेकाच्या दृष्टीने रिक्त ध्वनीचा आहे. संवेध ज्ञान आणि विवेक जगाच्या बाह्य भावनांशी संबंधित विषयांतील विविधता मान्य करते. तर्क या विविधतेला परम समजत नाही. तो विविधतेला संगीतमय पाहतो. जगाची व्यवस्थित समग्रता आणि तर्क संगत अनेकता मानते. ही ज्ञानाची आवश्यकता आहे. राधाकृष्णन यांच्या विचारात ज्ञानाचे संयोजन क्रियाशीलता व्यर्थ होईल, जर आपण विश्वाची बौद्धिकता अमान्य केली तर. राधाकृष्णन यांच्यानुसार ज्ञान जगाचा बौद्धिक आणि आध्यात्मिक समजतो.

**इथे काही गोष्टी विशेष महत्त्वाच्या आहेतः**

(१) सर्व प्रथम राधाकृष्णन यांच्यानुसार विश्वाच्या सुसंगठीत संगतीची संकल्पना फक्त तार्किक निष्कर्ष नाही. ही अस्था आत्मिक विश्वास आहे, जी आपल्याला अशा निष्कर्षाकडे नेते. आत्मा स्वंय एकता आहे, या प्रकृतीच्या विधानामध्ये संगती आणि

एकता दिसते. अशा स्थितीमध्ये विचार माणसाच्या चेतनेमुळे निर्देशित आणि आपल्या अंतरातील दिव्यतेमुळे संचलित होतात. विश्वाची संगती जीवनातील तो अतूट समज आहे, जी फक्त तर्काने किंवा चिन्हाने समजावून सांगितली जाऊ शकत नाही. ती बुद्धीसंमत आवश्य आहे, पण बुद्धीद्वारा उपर्जित आवश्य नाही. हे सहजबोधजन्य आहे. सहजबोध तितकाच समर्थ आहे, जितके की जीवन. ज्याच्या आत्म्यापासून तो व्युत्पन्न झाला आहे. सहजबोध असे सांगतो की विश्व आध्यात्मिकता विधान आहे, त्यामुळे त्याच्याबद्दल तर्क आणि संगतीयुक्त तार्किक प्रमाण दिले जाऊ शकत नाही. वास्तविक पाहता सहजबोधाद्वारे आपण त्या एकता आणि संगतीबद्दल सचेत होऊ शकतो, ज्याला आलोचनात्मकबुद्धी प्राप्त करण्याचा प्रयत्न करीत असते.

(२) हे योग्य आहे की जगाचा आध्यात्मिक संगतीवर जो गाढ विश्वास आहे, त्याची तार्किक व्याख्या करणे असाध्य आहे. पण म्हणून त्यावरून असा निष्कर्ष काढला जाऊ शकत नाही, की सहजबोधजन्य ज्ञान अवांछनीय आहे. राधाकृष्णन यांच्यानुसार सहजबोधजन्य ज्ञानाचे तर निराकरण करणे शक्य नाही की तसे करणे मानवी हीताचे होऊ शकत नाही. त्यांच्या विचारानुसार जर आपण सहजबोधाला स्वंयसिद्ध, स्वतः प्रमाण्य आणि सार्वभौम प्रमेयांना स्वीकारले नाही तर जीवन अशक्य होते. वास्तविक पाहता श्रेष्ठत्तम वांछनीय संकल्पना, शुभत्त्व, संगती आणि सौंदर्य तसेच आनंदाच्या संकल्पना सहजबोध जन्य आहेत. ते बुद्धीद्वारे सिद्ध केले जाऊ शकत नाही, पण ते अबौद्धिक अथवा मिथ्याही नाही. त्याची सार्थकता अनुमोदन सहजबोध करतो. वास्तविक पाहता ते आत्म्याचे अनुभव, सहज प्रेरणा आणि बोध आहेत. ते तितकेच विवेक संमत आहेत, जितके भौतिक विश्व आहे. त्याचे अवलंबन घेऊन आपण असे म्हणतो की जीवन अर्थगर्भित आणि प्रयोजनीय आहे. जीवनात निराशेसाठी कोणतेही स्थान नाही. आपण जीवनाला सार्थक, शुभ आणि सुंदर बनवू शकतो.

स्पष्ट आहे की राधाकृष्णन यांची ही ज्ञान मिमांसा, जी त्यांच्या आध्यात्मिक तत्त्व मिमांसेचा आधार तर आहेच, पण त्यांच्या मानवतावादी चेतनेचाही मूळ आधार स्तंभ आहे. याच्याच आधारे त्यांनी माणसामध्ये निहीत असलेल्या त्या ज्ञानात्मक क्षमतेला स्पष्ट करण्याचा प्रयत्न केला आहे, जे पाहण्यामध्ये वैज्ञानिक मानवतावादी यशस्वी होऊ शकले नाहीत. या क्षमतने युक्त होऊनच माणूस त्या परम सत्याशी एकात्म अनुभूती मिळविण्यात सफल होऊ शकतो, जे त्याच्या जीवनाचे परम ध्येय आहे.

## आचार मीमांसा

राधाकृष्णन यांची आचार मिमांसा मूलतः त्यांची अंतः प्रज्ञामूलक ज्ञान मिमांसा आणि आध्यात्मवादी तत्त्वमिमांसेवर आधारित आहे. त्यांच्या आचार मीमांसेचा केंद्रबिंदू माणूसच आहे. त्यामुळे तिला मानवकेंद्री म्हटले जाऊ शकते. आतापर्यंत केलेल्या विवेचनावरून ही गोष्ट स्पष्ट आहे की, राधाकृष्णन यांनी माणसाच्या अध्ययनालाच आपल्या तत्वज्ञानाचा मूळ विषय मानले आहे. त्यांच्या अनुसार प्रकृती, जगत, ईश्वर इ. इतर सर्व विषयांचा अभ्यास अंततः माणसाच्याच अभ्यासाचे साधन आहे. माणसाची उत्पत्ती, त्याचा विकास, स्वभाव आणि ब्रह्मांडामध्ये त्याचे स्थान जाणून घेण्यासाठी आपण इतर सर्व विषयांचा अभ्यास करीत असतो. आचार मीमांसेचा संदर्भही हाच माणूस आहे. राधाकृष्णन यांच्यानुसार प्रकृतिक परिवेषामध्ये पोषित झालेल्या माणसामध्ये भूक, काम, तहान, भीती, झोप या नैसर्गिक प्रवृत्ती आणि इच्छा प्रभावी आहेत. पण त्याबरोबरच त्यामध्ये विद्यमान असलेला विवेक, तर्क-बुद्धी, अंतःप्रेरणा, नैतिकता आणि सौंदर्य चेतना या सर्वांचा शक्तिवान प्रभाव माणसाला इतर प्राण्यांपासून वेगळेच करतो असे नाही तर त्यांच्यापेक्षा जास्त उत्कृष्ट बनवितो. त्यांच्या नुसार माणसाचे वैशिष्ट्ये आणि महानता यामध्येच आहे की, तो आपल्या उच्चत्तम मानसिक आणि नैतिक गुणांच्या अनुरूप आचरण करतो. इथे लक्षात ठेवण्यासारखी गोष्ट अशी की राधाकृष्णन यांनी कधीही नैसिर्गिक, शारीरिक इच्छांची अवहेलना करायला सांगितले नाही. त्यांचे याबद्दल स्पष्ट मत होते की, माणसाने आपल्या नैसर्गिक इच्छांची कधीही उपेक्षा करता कामा नये. कारण या इच्छा हाच त्याच्या स्वभावाचा अविभाज्य भाग आहेत. त्यामुळे त्यांचा निषेध करणे मानवी स्वभावाच्या विरुद्ध आचरण केल्यासारखे होईल. अर्थात इथे त्यांच्या दृष्टीने जे आवश्यक आहे ते असे आहे की, माणसाने आपल्या नैसर्गिक इच्छांची पूर्तता अशा संयमितपणे करायला हवी की, त्याचा परिणाम म्हणून त्याचे आणि समजाचे हीत जपले जायला हवे. त्याला आत्मपूर्णतः मिळायला हवी तसेच मनाची शांतता मिळायला हवी. राधाकृष्णन यांनी स्पष्ट शब्दात म्हटले आहे, "मानवी ध्येय प्राप्तीच्या क्रमामध्ये शिस्त आवश्यक आहे. मन आणि शरीराची परिशुद्धता पूर्णतेचे साधन आहे. मनाची शांतता फक्त आत्मसंयम, इच्छा आणि संवेगाचे नियंत्रण याद्वारेच मिळविली जाऊ शकते. याचा अर्थ असा आहे की, अनियंत्रित स्वरुपात आपल्या प्राकृतिक इच्छांची पूर्तता करणे नक्कीच अनुचित आहे, पण या इच्छांचा निषेध करणे किंवा जबरदस्तीने त्यांचे दमन करणेही तितकेच अनुचित आणि अयोग्य

आहे. या प्रकारे राधाकृष्णन यांची आचार मीमांसा भोगवाद आणि सन्यांसवाद- या दोघांच्या अतिवादी सिद्धांतांचा समान स्वरूपात निषेध करते. हा या दोन्ही अतिवादी सिद्धांतांच्या मधला मध्यम मार्ग स्वीकार केल्यामुळे मानवी जीवनासाठी या दोन्ही सिद्धांतांची आचार मीमांसेच्या तुलनेत अनेक पटीने संतुलित आणि श्रेयष्कर आहे. याच्याशिवाय राधाकृष्णन यांची आचार मीमांसा जीवन आणि जगाबद्दल त्यांच्या वैज्ञानिक दृष्टीकोणाशी पूर्णतः अनुरूप आहे.

इथे एक गोष्ट उल्लेखनीय आहे की राधाकृष्णन यांच्या आचार मीमांसेमुळे मोक्ष आणि विकास या दोन्ही संकल्पनांना विशेष महत्त्व आहे. या दोन्ही संकल्पनाच्या आधारे त्यांनी आचार मीमांसेशी संबंधित या मूळ प्रश्नांचे उत्तर दिले आहे की माणसाने आपल्या जीवनात कशा प्रकारे आचरण करायला हवे आणि त्यांच्या जीवनाचे परम ध्येय काय आहे? प्राचीन भारतीय तत्त्वज्ञांप्रमाणे राधाकृष्णन यांनीही मोक्ष आणि मुक्तीची चर्चा केली आहे, पण त्यांनी जो मुक्तीचा अर्थ सांगितला आहे. तो सर्वथा विशिष्ट आहे. सर्व प्रथम त्यांच्यानुसार मुक्तीचा वास्तविक आदर्श सर्वमुक्ती आहे आणि त्यांच्या दृष्टीने सर्व मानवीय प्रयत्न याच आदर्श प्राप्तीच्या ध्येयाने प्रेरित असायला हवेत. स्पष्ट आहे की राधाकृष्णन यांची आचार मीमांसा मूलतः परार्थवादी आहे आणि त्यामध्ये व्यक्तीच्या संकुचित स्वार्थवादासाठी काहीही स्थान नाही. आपल्या याच स्वरुपामुळे इथे ही मीमांसा वैज्ञानिक मानवतावाद्याच्या आचार मीमांसेच्या खूप जवळची असल्यासारखी वाटते. कारण इथेही परार्थवादाचा आदर्शच समोर ठेवला आहे. पण दोन्हीमध्ये मूलभूत फरक असा आहे की, राधाकृष्णन यांच्या 'सर्वमुक्ती' च्या आदर्शामध्ये 'परार्थवादा' चा सामान्य अर्थ समाविष्ट नाही. 'परार्थवाद' लौकिक जीवनात सामान्य सुखाच्या भावनेने भरलेला आहे, तर सर्वमुक्तीचा आदर्श लौकिक भौतिकवादाच्या पलिकडील आदर्श आहे. त्यामुळे वैज्ञानिक मानवतावादी विचारांच्या अंतर्गत जिथे परार्थवादाचा हा आदर्श सुस्पष्टपणे अभिव्यक्त होतो. तिथे आपण एक गोष्ट लक्षात घ्यायला हवी की 'सर्वमुक्ती' एक आध्यात्मिक आदर्श आहे. राधाकृष्णन यांना हा फरक माहीत होता आणि याच कारणामुळे त्यांनी या दोन्हीचा समन्वय साधण्याचा उत्कृष्ट प्रयत्न केला आहे. त्यांच्यानुसार यथार्थामध्ये सामाजिक शुभ आणि आध्यात्मिक शुभ या दोन्हीत काहीही विरोध असत नाही. माणसाच्या अंतरिक विमर्शांमध्ये त्याचा संकुचितपणाच्या वर जाण्याचा प्रयत्न हे महत्त्वाचे आहे. मानवीय अहंच्या ऊर्ध्वगमनाचे हे पहिले परामर्थवादी आणि सर्व वस्तुंचे परम आध्यात्मिक बोध- दोन्हीचा आपल्यामध्ये समावेश करणे आहे. इथे राधाकृष्णन

यांनी सेवा, प्रेम, उदारता आणि दयाळूपणा या प्रवृत्ती सामाजिक आणि परार्थवादी आदर्शांची प्राप्तीची शिफारस केली आहे. कारण ही प्राप्ती अहंला त्याच्या मर्यादांच्या पलिकडे नेऊन सर्वहिताच्या व्यापक वर्तुळात घेऊन जाते. राधाकृष्णन यांनी स्पष्ट शब्दात म्हटले आहे, "मानव व्यक्ती शरीर, आत्मा आणि मन यामुळे मिळून तयार झाला आहे. यापैकी प्रत्येकाला आपल्यासाठी पुरेशा प्रमाणात पोषक तत्त्व हवे असतात. भोजन आणि व्यायाम यामुळे शरीर टवटवीत राहते. विज्ञान आणि टीका यामुळे मन नेहमी सचेत राहते. कला आणि साहित्य, तत्त्वज्ञान आणि धर्म यामुळे आत्मा प्रबुद्ध राहतो. जर मानवतेच्या आत्म्याचा विकास करायचा असेल तर तो त्याच्या सुंदरतर ऊर्जेमुळेच होऊ शकतो. या संदर्भात त्यांनी दया, करुणा, स्नेह, सहानुभूती, परोपकार, कृतज्ञता, निस्वार्थ सेवा, आत्म त्याग इ. सदवृत्तींना त्या ऊर्जेच्या स्वरूपात स्वीकारले आहे. या ऊर्जांद्वारे माणसाच्या अंह चेतनेचा विराट विकास होतो तसेच या विकासाचा परिणाम म्हणून जेव्हा माणूस आपले विस्तृत स्वरूप पाहू लागतो तेव्हा त्याला असा बोध होऊ लागतो की तो वर्तमानामध्ये जाणवणाऱ्या रुपापेक्षा विशाल आहे. तेव्हा त्याला आपल्या भावी अस्तित्त्वाची झलक दिसते. त्याचे आतापर्यंत दडलेले रूप त्याच्या वर्तमान स्वरूपात अधिक सत्य प्रतित होऊ लागते. स्वभावतः त्याच्या बोधशक्तीमध्ये परिवर्तन होते आणि त्याच्या कामना आत्मशक्तीमध्ये बदलतात. ही आत्मशक्ती हीच त्याच्या विस्तृत जीवनाची कामना आहे.

कोणतीही आचार मीमांसा तोपर्यंत पूर्ण होऊ शकत नाही, किवा समजली जाऊ शकत नाही, जोपर्यंत तिच्यामध्ये निर्दिष्ट मानवी कर्तव्यांची व्याख्या केली जात नाही. हे सत्य लक्षात घेऊन राधाकृष्णन यांनी मानवाची नैतिक कर्तव्ये स्पष्ट करण्याचा प्रयत्न केला आहे. या क्रमामध्ये त्यांनी सर्वाधिक जोर या गोष्टीवर दिला आहे की, सर्व माणसे एक दुसऱ्यावर अवलंबून आहेत. त्यामुळे त्यांना आपल्यात परस्पर सहकार्य, प्रेम, सहानुभूती, इ. परोपकारात्मक भावनाचा सतत विकास करीत रहायला हवे. ज्यामुळे संपूर्ण मानवजातीचे जीवन आनंददायी होईल. राधाकृष्णन यांनी स्पष्ट शब्दात म्हटले आहे, "जी व्यक्ती देश आणि मानवी समाजाच्या कल्याणासाठी जगत असते, ती आपल्या मार्गातील अडचणींना काहीही महत्त्व देत नाही. कल्याणमय जीवन जगणे हे सर्वांसाठी जगणे असते. पण कल्याणाशी मानवतेचा संबंध आहे. कल्याण आणि पूर्ण कल्याण करीत जगणे, असीममध्ये आपल्या जीवनाची अनुभूती मिळविणे असते.

जीवनाचा हा अतिशय व्यापक अर्थ आहे. ज्याला आपण आत्मिक दृष्टीने जीवनाच्या पूर्णतेचा अनुभव करतो आणि पाहूनच समजू शकतो."

अशा प्रकारे राधाकृष्णन यांची आचार मीमांसा आध्यात्मांच्या रंगाने रंगलेली आणि आत्मिक पूर्णतेच्या महत्त्वाच्या उद्देशाने संचलित होणारी एक अशी मीमांसा आहे, ज़्यामध्ये मानवी समाजाच्या फक्त भौतिक हीतालाच नाही तर आत्मिक विकासावरही भर देण्यात आला आहे. त्यामुळे त्यांची ही आचार मीमांसा वैज्ञानिक मानवतावादाच्या आचार मीमांसेपेक्षा नक्कीच किती तरी अधिक व्यापक आहे. वैज्ञानिक मानवतावादाचे ध्येय एक अधिक सुंदर जग निर्माण करणे, अधिक शांत आणि समृद्ध, सुखी आणि निरोगी मानवी जीवन, तसेच समाजाची संरचना करण्यावर आधारित आहे. ज्यांच्या संबंधात असे समजले आहे की या ध्येयाची प्राप्ती नैतिक जीवनातूनच केली जाऊ शकते. राधाकृष्णन यांनी कधीही अधिक सुंदर संसाराची संरचना करण्याचे ध्येय बाळगले नाही, तर त्यांच्या अनुसार आणखी एक पाऊल पुढे जाऊन बंधनात अडकून पडलेल्या आत्म्यासाठी शाश्वत शांतता आणि आनंदाला जीवनाचे परम ध्येय म्हणून स्वीकारले आहे. याचा अर्थ असा नाही की त्यांनी संसारिक ध्येयांची अवहेलना केली आहे. त्यांना त्याची पूर्ण माहिती होती की संसार आणि संसारीक जीवन विकसित झाल्याशिवाय त्याच्या पलिकडची कोणतीही गोष्ट अर्थहीन होईल. याच कारणामुळे त्यांनी नैतिक मूल्यांवर जोरदार भर दिला आहे. आध्यात्मिक बोधाच्या दिशेने आग्रेसर होण्याच्या क्रमामध्ये नैतिक जीवनाला सन्मानपूर्वक स्थान मिळवून देण्याचे प्रयत्न यामध्ये स्पष्टपणे केल्याचे आढळून येते. त्यांनी स्पष्ट शब्दात म्हटले आहे की जोपर्यंत आपण आपल्या प्रवासाचा शेवट किंवा मुक्कामावर पोहचत नाही, तोपर्यंत आपण कर्माच्या कायद्याशी बांधलेले आहोत. त्याचा अर्थ असा आहे की आपल्या आकांक्षा आणि कर्म आपल्या प्रगतीला नियंत्रित करीत असतात.

निष्कर्षतः राधाकृष्णन यांचे तत्त्वज्ञान आध्यात्माच्या चेतनेने अनुप्रणित एक मानवतावादी तत्त्वज्ञान आहे. या तत्त्वज्ञानाच्या सर्व बाजूच्या केंद्रस्थानी एकच गोष्ट असून ती आहे मानव. राधाकृष्णन यांच्यामध्ये बलवान असलेल्या मानवतावादी चेतनेला त्यांनी आपल्या इतर संकल्पनामध्येही स्पष्ट केले जाऊ शकते. पुढील प्रकरणात राधाकृष्णन यांची धर्म संकल्पना आणि त्यामध्ये असलेली मानवतावादी तत्त्वे समोर आणण्याचा प्रयत्न करणार आहोत.

# प्रकरण २१

# धर्म आणि मानवतावाद

डॉ. सर्वपल्ली राधाकृष्णन यांच्या मानवतावादी दृष्टीच्या सादरीकरणामध्ये त्यांच्या धर्म संकल्पनेची भूमिकाही एक सृजक घटक राहिली आहे. दुसऱ्या प्रकरणातील विवेचनावरून हे स्पष्ट होते की, राधाकृष्णन यांचे मानवतावादी तत्त्वज्ञान त्या युगातील विकृत परिस्थितीच्या विरूद्ध असलले एक प्रतिक्रियात्मक पाऊल आहे. हेही स्पष्ट आहे की, इतर दुसऱ्या परिस्थितीप्रमाणे धार्मिक परिस्थितीही पतनोन्मुख होती. राधाकृष्णन यांनी धर्माची ही पतनोन्मुखता पाहिली होती. त्यांनी फक्त अशा प्रवृत्ती पाहिल्या होत्या, ज्या धर्माचा आधारच मोडून टाकण्यासाठी प्रयत्नशील होत्या तसेच सांप्रदायिकतेचा तो विकारही पाहिला जो वाळवीप्रमाणे धर्माच्या सारतत्त्वाला कुरतडून टाकीत होता. त्या युगातील अमानवीय वृत्तीच्या या संक्रमणामुळे त्यांना धर्म प्रस्थापित करण्याची प्रेरणा दिली. त्यांनी फक्त धर्म विरोधी विचारांचे खंडन केले असे नाही तर धर्माला मानवतावादी तत्त्वज्ञानाचा मूळ आधार म्हणून प्रतिष्ठित करण्यासाठी प्रयत्नही केला. इथे अशा काही गोष्टी उल्लेखनीय आहेत. सर्वात पहिली बाब म्हणजे भूतकाळातून चालत आलेल्या काही पंरपरा मानवतेसाठी घातक असल्याचे त्यांनी सांगितले. धर्माचा विकास परंपरेतून होत असतो, असे ते समजत असत. पण त्याचबरोबर त्यांचे असेही म्हणणे होते की, पंरपरेची गुलामी स्वीकारण्याचा अर्थ धर्माचे यांत्रिक स्वरूपात अनुसरण करणे. परंपरा अंतिम आणि सर्वोच्च असत नाहीत. त्यामध्ये विकृती निर्माण झाली असेल तर त्या काढून टाकाव्याच लागतील. नाही तर मानवतेचा तो आध्यात्मिक विकास कधीही शक्य होणार नाही, जे मानवतेचे ध्येय आहे. याच कारणामुळे आपल्याला असे आढळून येते की, मानवतावादी दृष्टीच्या पोषणासाठी राधाकृष्णन यांनी एका बाजूला सांप्रदायिकतेने विकृत असलेल्या धर्माला विरोध केला, पण त्याचबरोबर जगातील

महान धर्मांमध्ये असलेल्या भलेपणाबद्दल आपली विनम्रता दाखवित त्या दरम्यान परस्पर सामंजस्य आणि त्यांच्या सह अस्तित्त्वाची आवश्यकता जाणीवपूर्वक पुढे आणण्याचा प्रयत्न केला. इथेही एक गोष्ट लक्षात घ्यायला हवी की, आपल्या विशिष्ट दृष्टिच्या उदबोधानसाठी त्यांनी यावरही भर दिला आहे की जर मानवता जिवंत ठेवायची असेल, तर आपल्याला या सर्वांच्या वर एका जीवनदायी धर्माला समोर आणावे लागेल. याच कारणामुळे त्यांनी स्पष्ट शब्दात म्हटले आहे, "आपण एका जीवनदायी धर्माची आणि जीवन तत्त्वज्ञानाची प्रतीक्षा करीत आहोत. जो ठाम विश्वासाचा आधार आणि जीवनाच्या प्रारूपाची कल्पना करू शकेल, ज्याचे माणूस प्रतिष्ठा आणि आनंदाने अनुसरण करू शकेल." त्यांच्या या प्रतीक्षेचा अंत आढळून येतो, त्यांच्या आत्म्याच्या धर्म संकल्पनेमध्ये. जो त्यांच्या दृष्टीने मानवजातीचा एकमेव सहाय्यक, संरक्षक आणि संबळ आहे, जो नैतिकततेच्या चेतनेने अनुप्रणित आणि सामाजिक आदर्शांना आपल्यामध्ये सामावून घेत वैयक्तिक आणि सामाजिक जागृतीचा धर्म आहे.

राधाकृष्णन यांची धर्म संकल्पना आणि त्यामध्ये समाविष्ट मानवतावादी तथ्ये स्पष्ट करण्यासाठी आपल्याला आपल्या विवेचनांतर्गत खालील शिर्षकांना आपला आधार करणार आहोत.

**पाश्चात्य मानवतावाद**

मानव, मानवी जीवन, मानवी समाज आणि जगाच्या संबंधात पाश्चात्यांच्या मूलधारेंतर्गत मानवतावादी तत्त्वज्ञानींनी एका विशिष्ट दृष्टीचे संप्रेषण केले आहे. ज्याच्या अंतर्गत माणसाची भौतिक आणि संसारिक उन्नती यालाच मानवी जीवनाचा परम आदर्श म्हणून निवडण्यात आले आहे. या दृष्टीच्या संप्रेषणामुळे इथे भौतिकदृष्ट्या समृद्ध, निरोगी आणि शांत समाज निर्मितीच्या स्थापनेवर भर देण्यात आला आहे. मानवी जीवनातील हेच आदर्श समोर ठेवून इथे अशा प्रकारच्या सामाजिक आणि नैतिक परिस्थितीची भलामन करण्यात आली आहे, जे एक सुखी, शुभ आणि समृद्ध मानवी जीवनामुळे त्याने कधी कोणत्या अतिप्राकृतिक किंवा आध्यात्मिक परिलोकाला मान्यता दिली नाही. आपले सर्व विचार आणि भावनांना एक सुखी संसार आणि संसारिक जीवनाच्या परिस्थितीच्या निर्मितीसाठी समर्पित केले आहे. समर्पणाची ही भावना यामध्ये इतकी वेगवान आहे की, ती त्या सर्व विरोधांना तोडण्यासाठी वचनबद्ध आहे, जे त्याच्या दृष्टीने हे ध्येय गाठण्यासाठी अडचणीचे आहेत. धर्म सुद्धा याच अडथळयांच्या स्वरूपात स्वीकारला गेला आहे. आधुनिक मानवतावाद धर्माला मानवतेच्या विकासातील

एक अभिशाप समजतो आहे. अंधश्रद्धा आणि पापाची तत्त्वे यांना आपल्यामध्ये समाविष्ट करून यांच्या दृष्टीने धर्म हा दलित आणि पीडितांसाठी शोषक झाला आहे. इथे दलित आणि पीडितांना त्यांच्या आर्थिक अधिकारांपासून हा फसवे आश्वासन देऊन दूर ठेवतो की या जन्मातील उणिवांची पूर्तता परलौकिक जीवनात किंवा पुढील जन्मात होणार आहे. स्पष्ट आहे की त्यांच्या दृष्टीने धर्म दुसरे काहीही नाही, तर दलित समाजाला संमोहित करण्याचे एक दुर्दैवी औषध आहे. ही अफूची अशी गोळी आहे, जी चाखल्यामुळे माणूस विवेकशून्य होतो आणि आपल्या याच विवेकशून्यतेमुळे भ्रमित होऊन आपले वास्तविक आदर्श आणि ध्येय विसरून जातो. तो सत्याला हरवून बसला आहे. कारण की या सत्याला धर्माने आपल्या काळ्या चादरीत झाकून टाकले आहे.

पाश्चात्य मानवतावादाचा मूळ प्रवाह धर्माचा विरोधी वेगवान आहे, हे स्पष्ट आहे. त्यांच्या दृष्टीने धार्मिक जीवन म्हणजे फक्त अटकळबाजी, भ्रम आणि वंचना आहे. त्यामुळे धर्माला स्वीकारणे हे फक्त अनुचितच आहे, असे नाही तर दुर्दैवीही आहे. धर्म निरर्थक आहे. मानवी जीवनात त्याची काहीही सार्थकता नाही. तो अनिवार्यही नाही. कारण धर्माच्या जबाबदारीवर सोपविण्यात आलेल्या सर्व आचरणाची संहिता योग्य पद्धतीने संपादित होऊ शकते. निष्कर्ष हाच आहे की मानवी जीवनाची सार्थकता धर्माच्या द्वारे होत नाही तर धर्मनिरपेक्ष म्हणून होऊ शकते.

राधाकृष्णन यांच्या सर्जित मानवतावादी दृष्टीमध्ये पाश्चात्य मानवतावाद्यांच्या या तथाकथीत धर्मनिरपेक्ष मनोवृत्तीबद्दल फक्त असहमतीच आहे, असे नाही तर त्याच्या विरोधात एक सुयोग्य उत्तर देण्याचाही पुरेसा प्रयत्न केला आहे. त्यांच्या विचारामध्ये या तथाकथित धर्मनिरपेक्षतेच्या पोषणामध्ये वैज्ञानिक मानवतावाद्यांचा हा धर्म विरोध वास्तवात विज्ञानाबद्दल असलेला त्यांचा अंधविश्वास आणि धर्माबद्दल असलेल्या पूर्वग्रहाची देणगी आहे. त्यांच्यानुसार आपल्या या पूर्वग्रहामुळे हे तत्त्वज्ञ इतके अधिक ग्रासले आहेत की, आपण काय करीत आहोत, ते त्यांना स्वतःलाही कळत नाही. धर्माचा विरोध करून आपण मानवतेचे हीत जपले आहे, असे त्यांना वाटते; पण वास्तवात तथ्य असे आहे की पूर्वग्रहामुळे आंधळे झाल्यामुळे वास्तव न जाणून घेता आपल्या धर्म विरोधातून ते मानवतेचे किती मोठे अहीत करीत आहे. हे त्यांना स्वतःलाही माहीत नाही. सत्य हे आहे की धर्मामध्येच मानवी अस्तित्त्वाची पूर्णता आहे. या निष्कासनाचा परिणामही आज स्पष्ट दृगोचर होत आहे. आज जगात सर्वत्र एक प्रकारचे संकट व्यापले आहे. ते संकट आहे, 'मानव बोधाचे संकट.' आजचे मानवी जीवन अंशिक

पूर्णता समजून घेण्याच असमर्थ झाले आहे. इथे फक्त बुद्धीला महत्त्व दिले जात आहे. तो ज्ञानाचा शोध ज्ञानासाठी करीत आहे, सत्याची प्राप्ती करण्यासाठी नाही. परिणामी तो आपल्या अंतरिकतेच्या मूल दिशाहीन झाला आहे. भौतिक सुख आणि समृद्धीच्या लालसेने त्याला विस्मृत केले आहे. त्याच्या या विस्मरणाचाच हा परिणाम आहे की त्याच्या सर्व क्रिया प्रयोजनहीन आणि दिशाहीन होत चालल्या आहेत. त्याच्या समोर आदर्श आहे, 'विज्ञान.' राधाकृष्णन यांचे विज्ञानाशी अजिबात वैर नाही. विज्ञान आपल्या पातळीवर आणि ठिकाणी महान असल्याचे त्यांनी मान्य केले आहे. पण दुर्दैवाची गोष्ट अशी आहे की ध्येयहीन बुद्धी आता विज्ञानाने लावलेल्या या महान शोधांना धुळीत मिळवित आहे. योग्य मार्गदर्शनाशिवाय ते विज्ञानाच्या गुढ आंधारात भटकत आहेत. त्यामुळे भौतिक सुख सुविधा आणि त्या आधिनतेला स्वीकारले आहे, जे आत्म विनाशक आहे.

त्यामुळे धर्माच्या या विरोधाला स्वीकृती दिली जाऊ शकत नाही. राधाकृष्णन यांच्या विचारात या धर्म विरोधाला स्वीकृतीचा दुष्परिणाम असा आहे की सर्व जगावर आर्थिक व्यवस्थेने आपले वर्चस्व निर्माण केले आहे. त्याचाच हा दुष्परिणाम आहे की भोग विलासासाठी निरंकुश लालसा जन जीवनात निर्लज्जपणे प्रोत्साहन देत आहे. लोकांच्या मनात परमेश्वर आणि आत्म्याबद्दल वितृष्णा निर्माण झाली आहे. आजचे जग म्हणजे जन मनात एक आक्रोशाचे संबंळ झाले आहे. यामध्ये कुठेही काहीही नक्की राहिलेले नाही. माणसाजवळ बळ नाही, आश्वासन आणि निश्चिंतता नाही. मानवी जीवन धर्म विरक्त आणि उचृच्छंखल झाले आहे. लोकांमध्ये काहीही उत्साह नाही. त्यांच्या भावना अपेक्षायुक्त आणि विद्रोही झाल्या आहेत. हे खरे आहे की जीवन भौतिकदृष्ट्या प्रगत झाले आहे, पण नियम आणि विधानाच्या अभावी दिशाहीन झाले आहे. राधाकृष्णन यांच्या दृष्टीने जीवनातील या अभिशापाचे कारण सत्यता धर्माचे निराकरण आहे. दिव्यत्वाच्या निषेधामुळेच आत्म्याच्या जीवनाला असाध्य आजार जडले आहेत. आपण हे लक्षात ठेवायला हवे की, वास्तवात भौतिक सुखांचा उपभोग हे जीवनाचे ध्येय नाही तर आत्मिक शांतता आणि आनंद हेही आहे.

त्यामुळे धर्म फक्त अपेक्षित आहे, असे नाही तर अनिवार्यही आहे. धर्माशिवाय माणसाला वास्तविक सुख मिळू शकत नाही. त्याला वास्तवात अश्वासन आणि पूर्णत्त्व हवे असते. त्याला निर्भरता आणि आधार हवा असतो. या निश्चयात्मक आणि पूर्ण अश्वासनाची पूर्तता धर्मामुळेच होऊ शकते. त्यामुळे धर्माला अस्वीकार करण्याचा

प्रश्नच निर्माण होत नाही. राधाकृष्णन यांचे असे म्हणणे आहे की वैज्ञानिक मानवतावाद प्रभृती धर्म निरपेक्ष विचारसरणी हवी असते, की आपण धन आणि भोगाची आराधना करावी. की मग वर्ग आणि राष्ट्राची. त्यामुळे धर्म असण्याचा किंवा नसण्याचा काही प्रश्नच निर्माण होत नाही. आता प्रश्न असा आहे की धर्म कोणत्या प्रकारचा असावा? त्यावर त्यांचे स्पष्ट आणि निश्चित अभिमत असे आहे की, 'एका विचार पद्धतीसाठी, एका अशा प्रयोजनासाठी ज्यामुळे आपल्या नाजूक आणि क्षणभंगूर अस्तित्त्वाला सार्थकता मिळू शकेल. धर्माची किती आवश्यकता आहे, हे सिद्ध करण्यासाठी कोणत्याही लांब लचक तर्क-वितर्काची आवश्यकता नाही. धर्म मानवी प्रकृतीचे आभ्यंतर तत्त्व आहे, प्रश्न फक्त हा आहे की धर्माचे स्वरूप काय असावे.'

राधाकृष्ण यांनी उपस्थित केलेल्या या प्रश्नाचे उत्तर त्यांच्या धर्मविषयक संकल्पनांच्या मूळ तत्त्व विश्लेषणामध्ये शोधले जाऊ शकते. या क्रमामध्ये सर्व प्रथम त्यांच्या या मान्यतांना आधार केला जाऊ शकतो, जे या संकल्पनेच्या पूर्वी मान्यतांची भूमिका पार पाडताना दृष्टीस पडतात. या पूर्व मान्यता दोन प्रकारच्या आहेत, निषेधात्मक आणि भावात्मक. आपल्याला या दोन्ही पूर्व मान्यतांना स्पष्ट करावे लागेल.

**राधाकृष्णन यांच्या धर्म विषयक पूर्व मान्यता**

सर्व प्रथम राधाकृष्णन यांच्या नुसार धर्म कोणतीही संस्था किंवा टोळी, अथवा संप्रदाय किंवा विशेष भूभाग तसेच एखाद्या देशाची किंवा राज्याची मालमत्ता नाही. त्यांच्या विचारात माणूस आपल्या आवश्यकतेनुसार किंवा अभिरुचीनुसार धर्माचे एखादे प्रचलित रूप नक्कीच प्रतिष्ठापित करीत असतो. पण ही बाब निर्विवादरित्या स्पष्ट आहे की वास्तवात 'धर्म" या सर्व बाबींच्या पलिकडे आहे.

द्वितीयतः धर्माचे सांप्रदायिक स्वरूप स्वीकारले जाऊ शकत नाही. त्याची दोन कारणे आहेत- (१) सांप्रदायिक धर्म माणसाला दिशाहीन पद्धतीने उत्पन्न विविध साचलेपणाचे मुद्दे आहेत. या सर्वांना धर्म अशी संज्ञा दिली जाते कारण ते धर्माच्या वास्तविकतेला आपापल्या अंशिक पद्धतीने पकडून, त्यालाच महत्त्व देऊन त्यावर जीवन ढाळण्याचा प्रयत्न करतात. पण जर साचलेपणाचे विविध मुद्दे समजून घेण्याचा प्रयत्न केला तर अशा स्थितीमध्ये त्यांच्या बाह्य रुपातील फरक, त्यांची प्रकृती समजून घ्यावी लागेल, जी वास्तवात या साचलेपणाच्या मुद्द्यांचा आधार आहे. हाच आधार

राधाकृष्णन यांच्या दृष्टीने धर्माचा आत्मा आहे. त्यामुळे त्यांच्यानुसार धर्म तो नाही, जो की विधी-विधाने, परिपटीयांच्या स्वरूपात प्रचलित आहे. त्यांनी स्पष्ट शब्दात असे म्हटले आहे, 'धर्माची बाहेरली वर्तुळे, साली किंवा प्रचलित आकारातील पूर्ण सत्य समजने आपल्याच ज्ञानातील अल्पपणा अभिव्यक्त करणे आहे. आपल्याला धर्माचे आकारिक सत्य आणि शाश्वत आधार समजून घ्यायला हवे.

**भावनात्मक पूर्व मान्यता**

वरील विवेचनावरून हे स्पष्ट आहे की राधाकृष्णन यांच्या धर्मविषयक निषेधात्मक पूर्व मान्यतांचा मूळ सार हाच आहे की धर्माचा मताग्रहाचे ज्ञान आणि सांप्रदायिक निष्ठा वेगवेगळया करून पाहाव्या लागतील. याच सत्याने त्यांच्या धर्म विषयक संकल्पनाची भावनात्मक पार्श्वभूमी तयार करण्याला महत्त्वाचे सहकार्य दिले आहे.

सर्व प्रथम राधाकृष्णन यांच्यानुसार 'धर्मा'चा अर्थ आहे, 'परम आध्यात्मिक मूल्ये आणि ते मिळविण्याच्या पद्धतीवरील अस्था.' या अस्थेमध्ये परमात्म्यावरील उन्मुखता समाविष्ट आहे. त्यामुळे हा विश्वास समाविष्ट आहे की परात्मकतेची अनुभूती शक्य आहे. हेच कारण आहे की श्रेष्ठ धर्माच्या आधारे ते सत्य झाले आहे, ज्याला पैगंबर, दृष्ट्ये यांनी पाहिले आणि समजले आहे. त्यामुळे आता असे म्हटले जाऊ शकते की, धार्मिक अनुभूतीची भावनात्मक वास्तविकतेमध्येच आस्था हेच धर्माचे वास्तविक रूप आहे, त्याचे सार रूप आहे.

पूनः धर्म मत-मतांतरांचा आग्रह नाही. तर ती एक साधना आहे. एक जीवन पद्धती आहे. ज्याच्या माध्यमातून व्यक्ती आपल्या अंतरातील सांगाती आणि परम सत्तेचा साक्षात्कार करतो. हेच माणसाला त्याचे परम ध्येय, दिव्यत्त्व यांच्या दिशेने विकास आहे. हेच कारण आहे की राधाकृष्णन यांनी स्पष्ट शब्दात म्हटले आहे, "धर्म एक आध्यात्मिक रुपांतरण आहे, एक आध्यात्मिक परिवर्तन आहे. आपल्या स्वभावातील विसंवादी स्वरांमध्ये सामंजस्य आणण्याची एक क्रिया आहे."

शेवटी धर्म कोणत्याही मताचे किंवा नियम-संहितेचे नाव नाही, ते तर सत्याच्या प्राप्तीचे एक साधन आहे. सत्य विश्वव्यापी, निराकार, असीम आणि अद्वितीय आहे. ती अंतरिक पूर्णता आहे, बाह्य यश किंवा प्राप्ती नाही. धार्मिक जीवन हे कोणत्याही समस्येचे समाधान नाही. ती सत्याची अनुभूती, बुद्धत्त्व, किंवा परम प्रकाशाची प्राप्ती आहे. धर्म वास्तवात अंधारातून प्रकाशाकडे जाणे आहे. आत्मोद्धार हीनतेपासून

आत्मोद्धाराच्या स्थितीला पोहचणे आहे. हे एक प्रकारचे जागरण आहे. एक प्रकारची पुनर्जन्मता आहे. राधाकृष्णन यांच्यानुसार अंधारातून प्रकाशाकडे जाण्याच्या या प्रयत्नामध्ये आपल्यापासून वर जाण्याची एक चेतना प्रेरणा समाविष्ट आहे. वास्तविक पाहता राधाकृष्णन यांच्यानुसार मानवाच्या 'अंतरात' काही आहे, जे मानवाच्या दृष्य रुपापेक्षा उच्चत्तम आहे. तेच 'काही' सत्य रूप आहे. जे मानव-आत्म्यामध्ये स्थित आहे आणि तेच मानवाचे मर्यादित आणि अमर्याद रुपांच्या मध्ये सेतू सारखे आहे. याच तथ्याचा बोध धर्माच्या सार रुपाचा बोध आहे.

राधाकृष्णन यांच्या या पूर्व मान्यतामुळे सर्जित धर्म-विषयक त्यांची दृष्टी त्यांच्याच शब्दात खालील प्रकारे व्यक्त केली जाऊ शकते-

आमच्यासाठी धर्म सांप्रदायिक अनुरूपता किंवा रीतिगत पवित्रता नाही, तर आपल्या स्वभावाचे पुनः परिवर्तन, आपल्या व्यक्तिमत्त्वाचा निखार आहे; जो आपण आहोत, त्यापेक्षा वेगळे काही व्हायचे आहे. हे जगाच्या अंतिम रहस्यामध्ये सहभागी होणे आहे.

जेव्हा धर्माची ओळख अशा प्रकारच्या दृष्टिकोनातून होते तेव्हा वाटसरू प्रतिद्वंद्व आणि मतवादी संघर्ष आपल्यासाठी अप्रासंगिक आणि अर्थहीन होतात.

# प्रकरण २२

# खरा धर्म: आत्म्याचा धर्म

राधाकृष्णन धर्माचे बाह्य रुप किंवा परंपरागत धर्मामुळे समाधानी नव्हते हे स्पष्ट आहे. धर्मासंबंधी त्यांची चेतना अतिशय व्यापक आहे कारण त्यांनी ज्या धर्माची परिकल्पना केली आहे, ती सर्व धर्मांमध्ये समाविष्ट आहे. ती व्यक्तीला त्याच्या आत्मचेतनेच्या सम्मुख आणते. त्यांच्या विचारात खरा धर्म औपचारिक धर्मापेक्षा उच्चत्तम आहे. तो मानवी प्रकृतीला रुपांतरीत करतो, तसेच माणसाला त्याच्या आत्म सत्तेसोबत जोडून टाकतो. तो माणसाचे नैतिक, सामाजिक आणि आध्यात्मिक रुपांतरण करतो तसेच सत्यासोबत समागम करण्यासाठी उन्मुख करतो. पूर्ण अभिव्यक्ती मिळविण्यासाठी कोणतीही किमत जास्त समजत नाही आणि आत्म्याला तेव्हा ते संपूर्ण व्याकुळ करुन टाकते, जोपर्यंत तो स्वतःला प्राप्त करीत नाही, हे मानवी प्रकृतीचे स्थायी तत्त्व आहे.

त्यामुळे राधाकृष्णन यांच्यानुसार खरा धर्म मानवाच्या अंतरिक आणि शाश्वत स्वरूपाची अभिव्यक्ती आहे. मानवी विवेचनात राधाकृष्णन यांनी जाहीर शब्दात हे स्पष्ट केले आहे की मानवातील पाशवी प्रवृत्ती आणि त्याचा जैविक पक्ष त्याचे शाश्वत स्वरूप नाही. त्याचे शाश्वत स्वरूप तर त्याचे आत्मरुप आहे, जे वास्तवात त्याच्या अस्तित्त्वाची असीम आणि परमेश्वरीय बाजूची अभिव्यक्ती आहे. हा धर्म आत्म्याचा धर्म (रिलिजन ऑफ स्पिरिट) आहे.

राधाकृष्णन 'आत्म्याच्या धर्मा' विषयी खूप जास्त प्रमाणात उच्च भावना ठेवतात. त्यांच्यानुसार आत्म्याचा धर्म आत्म परिष्कार आणि आत्मोत्थानाचा एक जिवंत मार्ग आहे, तो माणसाच्या अंतरात दैवी रुपात विद्यमान आत्मचेतनेची अभिव्यक्ती आहे. त्यामुळे धर्मामध्ये ही रचनात्मक शक्ती समाविष्ट आहे, जी मानवी स्वभावात एक

अमूल्य परिवर्तन आणू शकेल, त्याचे कर्म विचार इ. ची जैविक प्रवृत्तीच्या जागी परमेश्वरीय रुपाच्या अनुरूप बनवू शकेल.

हा धर्म वास्तवात सत्याचे अंतदर्शन आहे, आत्म चेतनेचा बोध आहे. राधाकृष्णन यांच्या दृष्टीने खऱ्या अर्थाने तिच धार्मिक व्यक्ती आहे, ज्या व्यक्तीला अशा प्रकारचे अंतःदर्शन मिळते, किंवा आत्म चेतनेचा बोध होतो. कारण त्याच्या या बोधामध्ये वैयक्तिक आत्मा आणि परम आत्म्याचे ऐक्याची अनुभूती समाविष्ट आहे. त्याच्या या अनुभूतीमध्ये सार्वभौम प्रेम आणि आनंदाची अनुभूतीही समाविष्ट आहे.

राधाकृष्णन यांनी 'आत्म्याचा धर्म' ही संकल्पना त्यांच्या आध्यात्मवादी दृष्टीकोणासोबत त्यांच्या अंतरातील वेगवान मानवतावादी चेतनेमध्ये अदभूत सामंजस्य विद्यमान आहे. त्यांच्यानुसार या धर्माचे प्रयोजन आहे, 'या प्रज्ञा जगापासून, या विभक्त चेतना असलेल्या जगापासून, ज्यामध्ये विभेद आहे, दिव्य आहे- सामरस्यमय, स्वातंत्र्यमय, आणि प्रेममय जीवनात विकसित होण्यासाठी आपल्याला मदत करणे.' हा धर्म मूलतः आत्म सत्याचा अनुभव आहे. हे याच्या जिवंत स्वरूपाशी संबद्ध आहे. त्याचे कर्तव्य पाशविक मानवाला परिवर्तित करून त्याचे दिव्यकरण करणे, त्याच्या आत्मबलाची वाढ आणि पाशवी प्रवृत्तीचे संयमीकरण करते. त्यांच्या संकुचीकरणाचा विकास करते. ज्यामुळे तो स्वार्थामध्ये परमार्थ आणि परमार्थामध्ये स्वार्थ पाहू शकतो. राधाकृष्णन यांच्यानुसार जोपर्यंत व्यक्ती आपल्यातील आणि बाह्य, खाली, वर, समोर आणि मागे तसेच सर्वत्र विश्वात्माला प्रतिष्ठित पाहू शकत नाही. तोपर्यंत त्याला शांतता मिळणार नाही, कारण खालील, अमानवोचित प्रवृत्ती आणि पाशवी प्रवृत्ती त्याला कटुता, तिरस्कार, विद्वेष इ. मुळे दंडित करते. इथे लक्षात घ्यावे की अकल्पित पूर्णतः अशिक्षित स्वतंत्रता आणि अपूर्व आनंद माणसाच्या आवाक्यात असते, त्याला जर ते मिळवायचे असेल, तर ते सादर असते. राधाकृष्णन यांच्या विचारानुसार जीवनाची पूर्णता समजून घेणे हेच आध्यात्मिक जीवन आहे. हा आनंद, स्वातंत्र्य आणि पूर्ण समर्पणाचे जीवन आहे. हे जीवन स्वर्ग आहे. जो या स्वर्गातील जीवनाचा सहभागी होतो, तो सर्वत्र विश्वात्मा दर्शन करतो. तोच खऱ्या अर्थाने धर्म आहे आणि तोच दिव्यानंद मिळविण्यात सफल होतो.

राधाकृष्णन यांनी आत्म्याचा हा धर्म अनिवार्य असल्याचे जोर देऊन प्रतिपादन केले आहे. त्यांच्यानुसार आत्म्याचा धर्म आत्मिक सत्याचे दर्शन आहे. हे आत्मिक सत्यच भू जीवनात त्याच्या विश्व चैतन्याचा बोध करविते. ज्याची मानवतेला आज

आवश्यकता आहे. राधाकृष्णन असे मानतात की या धर्माचा शुभारंभ व्यक्तीपासून होतो, पण त्याची अंतिम परिणिती मानवी ऐक्य आणि विश्वाची सजातीयता यामध्ये आहे. त्यामुळे विश्वातील हा आध्यात्मिक धर्म समस्त मानवांना त्यच्या चेतनेने युक्त करण्याचे सामर्थ्य बाळगून असतो. जे त्यांना एकाच कुटुंबाचे सदस्य बनविते. वास्तवात 'वसुधैव कुटुंबकम' चा सम्यक बोध हाच मानवी जीवनाच्या भावनात्मक कल्याणासाठी विज्ञानाच्या पाशवी शक्तीचा विकास करून त्यांना साधन बनविण्याची क्षमता बाळगून असते. हा बोध माणसामध्ये जागृत करण्याची शक्ती आत्म्याच्या धर्मामध्ये आहे. हेच कारण आहे की राधाकृष्णन यांनी अशी आशा व्यक्त केली आहे की, आत्म्याच्या धर्माचे जेव्हा या विश्वामध्ये संचरण होईल तेव्हा मानवी समाज अपूर्व आनंद प्राप्त करील. आध्यात्मिक पूर्णतः हीच त्रस्त मानवतेला शांतता देईल.

### राधाकृष्णन यांच्या धर्म संकल्पनेत मानवतावादी तत्त्व

वास्तविक पाहता मानवतावादी चेतनेमुळे अनुप्रणित राधाकृष्णन यांची ही धर्म संकल्पना त्यांच्या मानवतावादी आकांक्षाना समाधानी करण्याचे एक माध्यम आहे. या संकल्पनेमध्ये मानवतावादी शक्ती स्पष्ट करण्याच्या क्रमात आपल्याला त्यामध्ये समाविष्ट मानवतावादी तत्त्वांना प्रकाशात आणावे लागेल.

### नैतिकतेवर जोर

मानवतेचा प्रमुख भर नैतिकतेवर आहे. राधाकृष्णन या तथ्यांपासून अवगत होते आणि हेच कारण आहे की धर्मामध्ये नैतिकतेचे बळ संरक्षित ठेवण्याच्या क्रमामध्ये त्यांनी धर्माचे सार हेच नैतिकतेमध्ये समाविष्ट समजले आणि अशा प्रकारे मानवतावादी भावनांना संरक्षित ठेवण्याचा प्रयत्न केला आहे. त्यांच्यानुसार, 'धर्माचे खरे सार नैतिकतेमध्येच समाविष्ट आहे.' खरी नैतिकता आणि खरा धर्म एक दुसऱ्यासोबत पक्के बांधलेले आहेत. नैतिकतेसाठी धर्माचे हेच स्थान आहे, जे जमिनीमध्ये बीज रुजण्यासाठी पाण्याचे असते. या उपमेवरून हे स्पष्ट होते की, नैीतिकतेच्या विकासासाठी धर्म आवश्यक आहे. दुसऱ्या बाजूला नैतिकताही धर्मासाठी आवश्यक आहे. त्यामुळे आपल्या हृदयातील विकार आणि क्लेश दूर होतात. ज्यामुळे आपल्या अंतःकरणात किंवा दुसऱ्या व्यक्तीच्या हृदयात त्या विश्वात्म्याची अनुभूती करण्यामध्ये काहीही अडथळा येत नाही. जितके आपण शुद्ध होण्याचा प्रयत्न करतो, तितके आपण विश्वात्म्याच्या जवळ जातो. वास्तविक पाहता राधाकृष्णन यांनी आपल्या धर्म संकल्पनेमध्ये नैतिकतेवर

इतका भर दिला आहे त्यांनी स्पष्ट शब्दात हे मान्य केले आहे की, जर कोणतीही परंपरा, मग ती कितीही प्राचीन किंवा उदात्त असली तरीही ती जर नैतिकतेशी मेळ खात नसेल तर तिचा त्याग करायला हवा. कारण नैतिक भावनेच्या अभावात धर्माचा विक़ास कधीही प्रभावोत्पादक सिद्ध होऊ शकत नाही.

राधाकृष्णन यांच्यानुसार धार्मिक जीवनाचा अर्थ आहे, 'आत्म चेतनेचे जीवन, प्रेम, त्याग, निष्ठा आणि निर्दोष आस्थेचे जीवन. या धार्मिक जीवनाचे दोन स्तर आहेत- पहिले नैतिक अनुशासन म्हणजे आत्मानुशासनाचा स्तर तसेच दुसरे एकाग्रता, ध्यान आणि प्रेमाचा स्तर, ज्याला धार्मिक स्तर म्हटले आहे. इथे लक्षात घ्यायला हवे की पहिला स्तर अर्थात नैतिक अनुशासनाचा स्तरही दुसऱ्या स्तरावरील आधारभूमी तयार करीत असतो. राधाकृष्णन यांचे स्पष्ट म्हणणे आहे की मानवी स्वरूपात अनुशासन ध्येय मिळविण्यासाठी अपरिहार्य आहे. मनाची शांतता फक्त आत्म-नियंत्रण, इच्छा आणि संवेगांच्या नियंत्रणाद्वारेच मिळविले जाऊ शकते. त्यासाठी आपल्याला इंद्रिय बोधाची उत्तेजना, विचारांची उलथा पालथ, मनभावनाची घालमेल आणि इच्छांचे स्पंदन हटवावे लागेल. वास्तवात आपण जर आत्मेच्छेपासून स्वतःला वेगळे करून शांत करू शकलो आणि कल्पना तसेच ज्ञानेंद्रियाच्या चक्राला थांबवू शकलो तर आपण आपल्या अस्तित्त्वाची वास्तविकता समजू शकतो तसेच प्रत्येक वस्तूकडे एका नव्या संदर्भात पाहू शकतो.

स्पष्ट आहे की राधाकृष्णन यांच्यानुसार नैतिक अनुशासनाचा अर्थ आहे, 'माणसाच्या वतीने इंद्रिंय संयम, अहंकाराचा परित्याग़ आणि विनम्रतेचा स्वीकार, क्षमाशीलतेला स्वीकृती तसेच संकुचीत वर्तुळाच्या बाहेर पडून सार्वभौम दया आणि करुणा स्वीकारण्याचा प्रयत्न.' या आधारावर असे म्हटले जाऊ शकते की, नैतिक अनुशासन किंवा आत्मानुशासन चा अर्थ आहे, 'स्वार्थरहित होऊन, त्यागाच्या भावनेसोबत सार्वभौम प्रेमाच्या उदभावाचा प्रयत्न.' याच प्रयत्नामध्ये मानवाचे पुनर्निर्माण समाविष्ट आहे. राधाकृष्णन यांचे म्हणणे आहे, "व्यक्तीला नव्या विचारात ढाळण्यासाठी तसेच याला पुन्हा मिश्रणाचे काम साधारणपणे नैतिक अनुशासनाच्या जबाबदारीवर टाकले जाते. त्याच अनुशासनाची पद्धत आहे की आपण आपल्या आत डोकावून पहावे. स्वतःचा कायापालट करावा. स्वतःच्या सर्व वाईट प्रवृत्ती, मानव-प्रकृतीची दृष्टता आणि दुर्बलतेला स्वच्छ करावे. स्वतःला उदात्त बनवावे. महानतेकडे न्यावे."

राधाकृष्णन यांच्या विचारात धार्मिक ध्येयाच्या प्राप्तीसाठी हे अनुशासन अनिवार्य आहे. त्यांनी स्पष्ट शब्दात सांगितले आहे की, या गहन ध्यान आणि कठोर शिस्तीशिवाय धार्मिक जीवनाच्या आदर्शापर्यंत पोहचू शकत नाहीत. वास्तविक पाहता आत्म जीवन सहजपणे मिळविले जाऊ शकत नाही. त्यासाठी आपल्याला आत्मिक वृत्ती विकसित कराव्या लागतात. जो धर्माचा आत्मा आहे तसेच या वृत्तीने आपल्याला या संसारात जगावे लागेल.

इथे ही गोष्ट विशेषत्त्वाने उल्लेखनीय आहे आणि ते हेच की धर्म आणि नैतिकतेच्या बळाला प्रोत्साहित करण्याच्या क्रमामध्ये आधुनिक मानवतावाद्यांप्रमाणे राधाकृष्णन यांनीही नैतिक शिक्षणाचे मूल्य आणि महत्त्व स्वीकारले आहे. वास्तविक पाहता आधुनिक मानवतावाद्यांचा असा समज आहे की माणसाची अनेक सारी कुकृत्ये वास्तवात अज्ञान आणि नैतिकता तसेच सामाजिक संबंधांच्या विषयात मिथ्या धारणांचे उत्पादन आहे. हेच कारण आहे की त्यांच्या वतीने मानवाचे संरक्षण आणि पुनर्निर्माणामध्ये नैतिक शिक्षणाच्या आवश्यकतेवर भर दिला आहे. या विचारांतर्गत राधाकृष्णन आधुनिक मानवतावाद्यांच्या अतिशय जवळ आल्याचे भासतात. त्यांच्या वतीने अशा प्रकारच्या शिक्षणाची आवश्यकता प्रतिपादित केली आहे आणि या क्रमामध्ये भूतकाळातील पंरपरा आणि संस्कृतीच्या अभ्यासाची जाणीवपूर्वक शिफारस केली आहे. त्यांचे असे स्पष्ट म्हणणे आहे की, त्या अनश्वर सिद्धांतांच्या, ज्यांचा विकास आपल्या इतिहासात झाला आहे. अभ्यास करून आपण मानवीय गौरव, स्वातंत्र्य आणि न्यायाच्या रक्षणासाठी नवीन संस्थापक उपायांचा विकास करावा लागेल. त्यांचे असे आवाहन आहे की आपण फक्त आपल्या देशासाठी युद्ध करणार नाहीत, तर संस्कृतीसाठी युद्ध करू. तसेच यासाठी युद्ध करू की ज्यामुळे मानव जातीच्या अधिकतम हितासाठी विश्वातील साधनांचा सहकारी पद्धतीने विकास केला जाईल. त्यासाठी आपण मनाला पुन्हा नव्याने शिक्षित करणे आणि विश्वास तसेच कल्पनेमध्ये काही सुधारणाची आवश्यकता असेल. विश्वाचे तर्क आणि संकल्प मानवी जीवनाच्या माध्यमातून कार्य करतात. कारण मानव आसपासच्या परिस्थितीच्या शक्तींना समजू शकतो. त्यांच्या परिचालनाचे आधीपासूनच अनुमान लाऊ शकतो आणि त्यांना नियमित करू शकतो.

### व्यवहारिकतेवर भर

राधाकृष्णन यांच्या धर्म संकल्पनेमध्ये दोन वैशिष्ट्ये उल्लेखनीय आहेत- एक तर

त्याचे व्यवहार्य स्वरूप आणि दुसरे त्याच्या आदर्शामध्ये सामाजिक आदर्शांचा असलेला समावेश. ही दोन्ही वैशिष्ट्येही मानवतावादी दृष्टिकोनातून या संकल्पनेला अतिशय महत्त्वपूर्ण बनवितात. धर्मातील व्यवहारिकतेवर जोर देण्याच्या क्रमामध्ये राधाकृष्णन यांनी मान्य केले आहे की, धर्म तर्कबौद्धिक वेगळेपणा आणि ज्ञानाच्या प्रकाशाने प्रकाशित झालेल्या जीवनाबद्दल मानवाच्या संपूर्ण सचेतन अभिवृत्तीचे नाव आहे. त्यामुळे धर्म ही काही फक्त सैद्धांतिक संकल्पना नाही, जी आपल्या बौद्धिक जिज्ञासेला शांत करते. उलट ती तर जीवनाबद्दलची संपूर्ण अभिवृत्ती आहे. जीवनातील एक अनिवार्य व्यवहार्यता आहे, जगण्याची एक सबळ आणि आवश्यक पद्धत आहे. जर कोणी व्यवहार्य अपेक्षांची पूर्ण उपेक्षा करीत असेल, तर तो धर्म असू शकत नाही. खरा धर्म तर अनिवार्यपणे व्यवहार्य असावा लागतो. याचे कारण हे आहे की त्यांची अशी स्पष्ट शिफारस आहे की, धर्म जीवनाच्या प्रत्येक बाजूमध्ये व्याप्त असायला हवा. सामाजिक जीवनातही तो व्याप्त असायला हवा.

धर्माच्या संबंधी आधुनिक मानवतावाद्यांचा हा विचार तर्कसंगत नाही की, मानवतेच्या संरक्षणासाठी धर्माचे अन्मुलन आवश्यक आहे. राधाकृष्णन यांच्या संकल्पनेमध्ये हे स्पष्ट आहे की, धर्म, त्याला जर त्याच्या वास्तविक अर्थाने घेतले तर, मानवतेचा बाधक नसून साधक आहे. पण या क्रमामध्ये आवश्यकता आहे, संकुचितपणा, जडपणा आणि मतग्राह्यता याच्या पलिकडे जाऊन व्यापक रूप जाणून घेण्याची. आत्मा अथवा चेतनेच्या धर्माच्या रूपामध्ये राधाकृष्णन धर्माचे वास्तव स्वरूप समोर आणतात. हा धर्म सांप्रदायिक संकुचितपणामध्ये अडकलेला मताग्रही धर्म नसून उलट वैयक्तिक विकास आणि सामाजिक जागृतीचा धर्म आहे. हा धर्म जागृत मनुष्यत्त्व, सह-अस्तित्त्व, सह-बंधुत्त्व, सहजीवनाचे प्रतिक आहे. हा धर्म प्रकृतीचे जग आणि मूल्यांचे जग यांच्या दरम्यान अभिन्न शारीरिक संबंधावर जोर देऊन आपल्याला पार्थक्य आणि अनित्यता यापासून मुक्त करतो. त्यामुळेच तो आपल्याला बुद्धीपेक्षाही अधिक खोलवर घेऊन जातो तसेच मानव आणि जगाच्या पूर्वी विद्यमान असलेल्या सप्राण संबंधांची पुनः प्रतिष्ठापना करतो. त्यामुळेच धर्म मानवाच्या विकासासाठीच अपरिहार्य नाही तर अनिवार्यही आहे.

## सारांश

या प्रकरणाचा केंद्र बिंदू डॉ. राधाकृष्णन यांचे तत्त्वज्ञान आणि मानवता आहे. याच्या अंतर्गत डॉ. राधाकृष्णन यांचे तत्त्वज्ञानात शक्तिशाली असलेल्या मानवतावादी

चेतनेला उदघाटित करीत त्याचे मानवतावादी स्वरूप आणि धर्मावर प्रकाश टाकण्यात आला आहे. वास्तविक पाहता राधाकृष्णन यांचे तत्त्वज्ञान एक मानवतावादी तत्त्वज्ञान आहे. मानवतावादाच्या सोप्या अर्थामध्येही तसेच त्याच्या तांत्रिक अर्थामध्येही. सोप्या अर्थाने ते मानवतावादी आहे कारण याच्या विचार समस्येचा केंद्र माणूस आहे. त्याच्या चिंतनाचा विषय आहे, आजचा माणूस. जो विज्ञानाने मिळवून दिलेल्या अनेक सोयी सुविधामुळे अभूतपूर्व स्वरूपात शक्तिमान होऊन उन्मादित झाला आहे. जो भौतिक तृष्णाच्या दलदलीमध्ये आकंठ बुडाला आहे. पण आत्मविस्मृत झाल्यामुळे त्याला बाहेर पडण्याचा कोणताही मार्ग दिसत नाही. परिणामी लालसा आणि भोगाच्या काळ्या पट्ट्या आपल्या डोळयांवर बांधून हा आंधळा माणूस बाहेर पडण्यासाठी जितक्या जास्त प्रमाणात हात-पाय हालवित आहे, तितकाच आत फसत चालला आहे. इथे उल्लेखनीय आहे की हा माणूस राधाकृष्णन यांच्या कल्पनांतापर्यंत क्षमतेचे कोणतेही उत्पादन नाही. तर त्याच्या मागे आहे युग आणि युगातील विघटनकारी परिस्थितीचे राधाकृष्णन यांनी केलेले सूक्ष्म अवलोकन. या अवलोकनातून मिळालेली तथ्ये. याच अवलोकनाने राधाकृष्णन यांच्या तत्त्वज्ञानाला त्याच्या जन्मासाठी पार्श्वभूमी मिळवून दिली आहे.

राधाकृष्णन यांच्या मूळ चेतनेचा प्रभाव त्यांच्या तत्त्वज्ञानाच्या सर्व बाजूंवर स्पष्टपणे दिसून येतो. उदहरणादाखल राधाकृष्णन यांनी आपल्या तत्त्वज्ञानाच्या सादरीकरणामध्ये भारतीय परंपरेतील आध्यात्मवाद संरक्षित ठेवण्याचा प्रयत्न केला आहे. पण त्यांच्या या प्रयत्नामुळे मानवतावादाची चेतना मुलभूत स्वरूपात प्रभावी राहिली आहे. या तत्त्वज्ञानाचा उद्देश होता- सत्याचा शोध. सत्याच्या या शोधामध्ये निरपेक्ष ब्रह्म आणि परमेश्वरांच्या संकल्पनेच्या बळावर हे तत्त्वज्ञान अमूर्त एकतत्त्ववाद आणि ईश्वरवादी विश्वासाच्या दरम्यान एक संतुलन कायम करण्याचा प्रयत्न करताना दिसून येते. पण या प्रयत्नामध्येही जी मूळ भावना प्रभावी आहे, ती आहे राधाकृष्णन यांची मानवतावादाची भावना. याच भावनेच्या समाधानामध्ये त्यांनी असे मानले आहे की, ज्याला त्यांनी ब्रह्म किंवा ईश्वर म्हटले आहे, तो वास्तवात त्या मूळ चैतन्यापासून वेगळे किंवा भिन्न नाही. जे मानवात्म्यामध्ये स्थिर आहे. त्यामुळे मानव हा ईश्वराचाच एक अंश आहे. त्यापासून वेगळा किंवा भिन्न नाही. माणसाचा हा उदात्त गौरव प्रतिष्ठित करण्याच्या राधाकृष्णन यांच्या मानवतावादी ध्येयाचा स्पष्ट परिचायक आहे.

डॉ. राधाकृष्णन यांच्या तत्त्वज्ञानाचे मूळ आदर्श आहेत- आध्यात्म आणि मानवतावाद. हे तत्त्वज्ञान वास्तवात या दोन आदर्शांचे अनोखे संयोजन आहे. परिणामी याचे जे रूप समोर येते, ते आहे, 'आध्यात्मिक मानवतावाद.'

हा आध्यात्मिक मानवतावाद काही अमूर्त तत्त्वज्ञान नाही. तसेच फक्त समाज तत्त्वज्ञान किंवा राजकीय वा आर्थिक सिद्धांत नाही. माणूस आणि त्यांच्या समस्याबद्दल एक दृष्टी म्हणून सादर केलेल्या या तत्त्वज्ञानाचा संबंध मानवी जीवनाच्या सर्व बाजूंशी तसेच माणसाच्या आध्यात्मिक अस्तित्त्वाशी आहे. वास्तविक पाहता हे एक व्यवहार्य तत्त्वज्ञान आहे. त्याचे ध्येय जीवनातील शाश्वत मूल्यांची स्थापना करणे आहे. याचा संबंध मानवी जीवनाशी आहे. त्याचे कार्य संपूर्ण मानवी आत्म्याला समाधान मिळवून देणे आहे. फक्त त्याच्या बौद्धिक जिज्ञासेचे समाधान करणे नाही. त्याचा उद्देश मानवी जीवन समजून घेणे आणि त्याचा धर्म मानवतेचे दिव्यकरण करणे आहे.

वास्तवात हे तत्त्वज्ञान भारतीय मान्यतेमध्ये प्रस्थापित 'वसुधैव कुटुंबकम' याची साकार अभिव्यक्ती आहे. असे म्हटले जाऊ शकते की, विश्व बंधुत्त्व कवी मनीषी टागोर यांनी आपल्या काव्याद्वारा वाणी दिली आहे. गांधीजींनी आपल्या आचरणातून हे दाखवून दिले तसेच महाबोधीसत्त्वाने करूणेचा स्त्रोत वाहवून जे सार्थक केले आहे, तेच राधाकृष्णन यांच्या तत्त्वज्ञानामध्ये आपल्या सार्थक स्वरूपात प्रकट झाले आहे. हा उदात्त मानवतावाद आहे. एक विश्व-तत्त्वज्ञान आहे. पूर्व आणि पश्चिमेला सांधणारा सेतू आहे. संपूर्ण मानवजातीच्या सत्तात्मक एकतेची ध्वजा आहे.

आजचे संपूर्ण मानव जीवन अनेक काळज्यांनी घेरलेले आहे. प्रतिशोध, बदला, प्रतिद्वंद्वता, अविश्वास, संशय, तिरस्कार आणि द्वेषाच्या नरकयातनांनी मानवी जीवन असाह्य झाले आहे. राधाकृष्णन यांचे हे मानवतावादी तत्त्वज्ञान म्हणजे नक्कीच निराशेच्या ढगातून डोकावणारे आशेचा एक किरण आहे.

## प्रकरण २३

# सार- संक्षेप

'साधे जीवन, उच्च विचार' ही म्हण ऐकायला किती छान आहे, पण त्याच्यानुसार जीवन जगणे अतिशय कठीण आहे. ही म्हण साकार करून आपल्या जीवनात त्याचे पालन करणारे डॉ. सर्वपल्ली राधाकृष्णन त्या महापुरूषांपैकी एक होतात, ज्यांच्या वागण्यात आणि बोलण्यात काहीही फरक नव्हता. ते जे काही बोलत असत, ते करून दाखविल्याशिवाय थांबत नसत.

डॉ. राधाकृष्णन यांनी आपले जीवन एक कठोर तपश्चर्या म्हणून स्वीकारले होते आणि स्वतःला त्या आगीत तावून सुलाखून एक कुंदन झाले होते. त्यानंतर त्याची चमक पाहून सर्व जग प्रकाशित झाले. ते एखाद्या राजकीय पक्षाशी किंवा जोरदार भाषणाच्या बळावर जगात वंदनीय झाले नाहीत, तर त्यांनी हा सन्मान आणि ही उंची आपल्या योग्यतेच्या बळावर मिळविली होती. ते प्रसिद्धीच्या त्या शिखरावर जाऊन पोहचले होते, जिथे खूप कमी लोक पोहचू शकतात.

ते कुठेही असले तरीही आपल्या देशाच्या परंपराशी सदैव संबंधित राहिले. त्यांचे खाणे-पिणे, राहणे-वागणे, राहणीमान सर्व काही साधेपणाचे होते. त्यांचे जीवन एक शिक्षक म्हणून सुरू झाले होते, पण आपली बौद्धिकता आणि योग्यतेच्या बळावर त्यांनी एक थोर तत्त्वज्ञ आणि लेखक म्हणून प्रसिद्धी मिळविली. तसेच ते एक ओजस्वी वक्ता म्हणूनही ओळखले जात. देशात असोत की परदेशात लोक त्यांची व्याख्याने ऐकण्यासाठी सदैव तत्पर असत. तेच फक्त एक असे भारतीय होते, ज्यांनी कठीण

परिस्थितीतही आपले म्हणणे मांडून भारतीय तत्त्वज्ञान पाश्चात्य तत्त्वज्ञानाच्या तुलनेत सर्वश्रेष्ठ असल्याचे सिद्ध केले होते. जगभर भारतीय तत्त्वज्ञानाला तो सन्मान त्यांनी मिळवून दिला, जो त्याचा अधिकार होता.

डॉ. राधाकृष्णन देशाला समर्पित झालेली व्यक्ती होते. जेव्हा ते काशी विश्व हिंदु विद्यापीठाच्या कुलगुरूपदी होते, त्यावेळी विद्यापीठाची आर्थिक स्थिती दयनीय होती. ते कर्जाच्या ओझ्याखाली दबलेले होते. अशा परिस्थितीमध्ये डॉ. राधाकृष्णन यांनी विना वेतन काम केले. त्यांना असे वाटत होते की भारतीय संस्कृतीवर आधारित हे विद्यापीठ आपली आर्थिक बाजू मजबूत करून विकासाच्या वाटेवर आग्रेसर व्हावे.

अशा प्रकारे डॉ. राधाकृष्णन राष्ट्रपतीपदावर विराजमान झाले तेव्हा त्यांना दहा हजार रूपये मासिक वेतन मिळत होते, पण ते फक्त अडीच हजार रूपये मासिक वेतन घेत होते. आपल्या वेतनातील उर्वरित रक्कम देशाची प्रगती आणि विकासकामासाठी खर्च होत होती.

डॉ. राधाकृष्णन यांचे असे मानणे होते की माणसाने माणूस व्हायला हवे. कारण माणूस जर मानवाचा दानव झाला तर त्याचा पराभव ठरलेला आहे. माणूस जर मानवापासून महामानवाच्या श्रेणीत आला तर ते त्याचे श्रेष्ठत्त्व असते. पण माणूस जर मानवाचा मानवच राहिला तर त्याचा स्वतःवर विजय होतो.

अशा प्रकारे एका गरीब कुटुंबामध्ये जन्माला आलेल्या डॉ. राधाकृष्णन यांनी जीवनातील अवघड वाटेवरून वाटचाल करीत स्वतःला प्रसिद्धीच्या शिखरावर स्थापन केले. ते इतर लोकांसाठी एक प्रेरणास्त्रोतच आहेत असे नाही, तर त्यांचे आदर्श आपल्या जीवनात अंमलात आणण्यासारखे आहेत.

# मराठी डायमंड बुक्स

डायमंड बुक्स    डायमंड पॉकेट बुक्स (प्रा.) लि.  X-30, ओखला इंडस्ट्रियल एरिया, फेज– II
नवी दिल्ली– 110 020, फोन : 011- 40712200, sales@dpb.in